கறுப்பு
சிவப்பு
காவி

ஆர். ரங்கராஜ் பாண்டே

கறுப்பு
சிவப்பு
காவி

கறுப்பு – சிவப்பு – காவி

Karuppu - Sivappu - Kaavi

R. Rangaraj Pandey ©

First Edition: September 2021
160 Pages
Printed in India.

ISBN: 978-93-90958-08-5
Kizhakku 1236

Kizhakku Pathippagam
177/103, First Floor, Ambal's Building, Lloyds Road,
Royapettah, Chennai - 600 014. Ph: +91-44-4200-9603
Email : support@nhm.in   Website : www.nhm.in

 kizhakkupathippagam   kizhakku_nhm

Author's email id: rangarajpandey@yahoo.co.in

Kizhakku Pathippagam is an imprint of New Horizon Media Private Limited

உள்ளடக்கம்

- 1 -

எது இந்து மதம்?

ஹிந்து மதம் பற்றி மிக அதிகமாக, பல்வேறு சர்ச்சைகள் இப்போது கிளப்பப்படுகின்றன. இதை நான் ஒரு நல்ல விஷயமாகவே பார்க்கிறேன். ஹிந்துமதம் தொடர்பாக நமக்குத் தெரியாத அதேசமயம் நாம் தெரிந்து கொண்டிருக்க வேண்டிய பல விஷயங்களைப் பேசுவதற்கும் தெளிவுபடுத்திக் கொள்வதற்கும் இது ஒரு நல்ல வாய்ப்பாக இருக்கிறது. ஹிந்து தர்மம், சனாதன தர்மம், மனுதர்மம், சிலை வழிபாடு, ஜாதிப் பாகுபாடு தொடர்பாக சந்தேகங்கள், கேள்விகள் ஏராளம் இருக்கின்றன. ஹிந்துக்களுக்கும் ஹிந்து மதத்தில் நம்பிக்கை இல்லாதவர்களுக்கும் பிற மதத்தைச் சேர்ந்தவர்களுக்கும் பல குழப்பங்கள் இருக்கின்றன. அவற்றைத் தெரிந்துகொள்ளவும் தெளிவுபடுத்தவும் எடுக்கப்படும் ஒரு முயற்சிதான் இது.

ஹிந்து மதத்தை, அதன் தத்துவங்களை அடுத்த தலைமுறைக்கு கொண்டு செல்லக்கூடியவர்களில் மிக முக்கியமானவர் ஸ்ரீ துஷ்யந்த் ஸ்ரீதர். ஹிந்து மதம் தொடர்பாக விரிவான ஆராய்ச்சிகள் செய்தவர். பல சொற்பொழிவுகள் நிகழ்த்தி வருகிறார். குருவின் அருளால் ஹிந்துமத மறுமலர்ச்சி தொடர்பாக மகத்தான காரியங்கள் செய்துவருபவர். தமிழிலும் ஆங்கிலத்திலும் நல்ல புலமை கொண்டவர். அறிவியல் நோக்கு கொண்டவர். இன்றைய நவீன காலகட்டத்தில் உள்ளவர்களுக்கு

எழக்கூடிய சந்தேகங்கள் அனைத்துக்கும் அறிவியல்ரீதியான, வரலாறு ரீதியான, நடைமுறை சார்ந்த விளக்கங்களை எளிய மொழியில் தரக்கூடியவர். ஹிந்து தர்மம், அதன் மீது வைக்கப்படும் விமர்சனங்கள், அதில் நமக்கு எழக்கூடிய சந்தேகங்கள், அதில் முரண்பாடாக தோன்றக்கூடிய விஷயங்கள் பற்றியெல்லாம் அவரிடம் கேட்டுத் தெரிந்துகொள்வோம் வாருங்கள்.

●

வணக்கம் திரு துஷ்யந்த் ஸ்ரீதர்.

வணக்கம் பாண்டேஜி.

பாண்டே: ஹிந்து மதம் என்று ஒரு மதமே கிடையாது. பிரிட்டிஷ்காரர் வைத்த பெயர்தான் இது. பாரத தேசம் முழுவதும் வெவ்வேறு குழுக்களாக இருந்தவர்களை எல்லாம் ஒன்றாகச் சேர்த்து ஹிந்துமதம் என்று ஆக்கியது அவர்கள்தான் என்று பொதுவாகச் சொல்லப்படுவது உண்டு. நமது சம்ஸ்கிருத, தமிழ் நூல்களில் 'ஹிந்து' என்ற குறிப்பு இருக்கிறதா? ஹிந்து மதத்தை அடுத்த தலைமுறைக்குக் கொண்டு செல்லும் முயற்சியில் இருக்கும் நபர் என்ற வகையில் உங்களுடைய பதில் என்ன?

துஷ்யந்த் ஸ்ரீதர்: நம்முடைய இந்த மதத்துக்கு ஹிந்து மதம் என்ற பெயரை ஆங்கிலேயர்கள் கொடுத்தார்கள் என்பதை ஒரு வகையில் ஏற்றுக்கொள்ள முடியும். ஆனால், அந்த வார்த்தை அதற்கு முன்பாக இருந்திருக்கவில்லை என்று சொல்ல முடியாது.

பாரத தேசத்தில் பூகோள ரீதியாகவும் வரலாற்று ரீதியாகவும் சிந்து நதி, கங்கை நதி, பிரம்மபுத்ரா ஆகிய மூன்று நதிகள்தான் மிகவும் முக்கியமானவை; மிகவும் பிரம்மாண்டமானவை; மிகவும் புகழ் வாய்ந்தவை. காவிரி, கிருஷ்ணா, கோதாவரி, நர்மதா போன்ற நதிகள் எல்லாம் ஆண்டுதோறும் நீர்வரத்துகொண்ட நதிகள் அல்ல. மழை வந்தால் அந்த நதிகளில் ஜலம் கரை புரண்டு ஓடும். அவ்வளவுதான். இந்த நதிகளின் நீள அகலங்கள் அவ்வளவு பெரியது என்று சொல்ல முடியாது. நதிகள் எல்லாம் சிந்து சாகரம் (அரபிக் கடலென்று சொல்கிறோமே) சென்றுவிடும். வங்காள விரிகுடாவுக்குச் சென்றுவிடும். ஆனால், ஆண்டு முழுவதும் நீர்வரத்துகொண்ட, பிரம்மாண்ட நதிகள் என்று பார்த்தால், சிந்து, கங்கை, பிரம்மபுத்திரா ஆகிய நதிகள்தான்.

இந்த மூன்று நதிகளும் இமயமலையில் உற்பத்தியாகக் கூடியவை. இமயத்தில் உற்பத்தியாகி பாரத தேசம் வழியாகப் பாய்ந்து சென்று இன்று பங்களாதேஷ் என்று அழைக்கப்படும் நாட்டைக் கடந்து சென்று கடலில் கலக்கக்கூடிய நதி பிரம்மபுத்ரா. கங்கை நதியும் அதுபோல் இமயத்தில் உருவாகி பாரத தேசம் வழியாகப் பாய்ந்து அதே பங்களாதேஷ் பகுதியில் சென்று கடலில் கலக்கிறது. இந்த இரண்டு நதிகளுமே பங்களாதேஷில் சங்கமிக்கவும் செய்கின்றன. மூன்றாவது நதியானது சிந்து நதி. இதுவும் இமயமலையில் தொடங்கி மேற்குப் பக்கமாக பாய்ந்து சென்று சிந்து சாகரத்தில் சென்று கலக்கிறது.

பிரம்மபுத்திரா நதி மிகவும் பெரியதுதான். ஆனால் வரலாற்றில் அதற்கு அவ்வளவு பெரிய முக்கியத்துவம் கிடையாது. சிந்து நதிக்கு அப்பால் இருக்கக்கூடிய பாமீர் மலைகள், ஹிந்துகுஷ் மலைகள் போன்றவற்றைக் கடந்துதான் கிரேக்கர்கள், ஈரானியர்கள் போன்றவர்களெல்லாம் பாரத தேசத்துக்கு வந்தார்கள். அவர்கள் சிந்து நதிக்கு அப்பால் கங்கை நதிக்கு இப்பால் இருக்கக்கூடிய தேசத்தைப் பார்த்தார்கள். இன்று பாகிஸ்தான் என்று அழைக்கப்படும் பகுதிகள், பஞ்சாப் உத்தரப் பிரதேசம், ராஜஸ்தான், மத்திய பிரதேசம், தென் இந்தியப் பகுதிகள் எல்லாவற்றையும் புதியதொரு தேசமாக அவர்கள் பார்த்தார்கள். அப்படி வந்த கிரேக்கர்கள், ரோமானியர்கள், ஈரானியர்கள் எல்லாருக்கும் இந்தப் பகுதிகளில் வாழ்ந்த மக்களைக் குறிப்பதற்கு ஓர் அடையாளம் தேவையாக இருந்தது. அந்த அடையாளமாக அவர்கள் சிந்து நதியை வைத்துக் கொண்டார்கள். சிந்து நதிக்கு அப்பால் இருப்பவர்கள் எல்லாம் சிந்துக்கள் என்று சொன்னார்கள். அதுவே ஹிந்து என்று ஆனது.

சிந்து என்பது சமஸ்கிருதச் சொல். அது சிந்து நதியையும் குறிக்கும் சிந்து சாகரத்தையும் குறிக்கும். உப்பை எடுத்துக் கொண்டார்கள் என்றால் அதற்கு வடமொழியில் 'சைந்தவம்' என்ற பெயர். அதாவது சிந்துவில் இருந்து பிறந்தது என்று அதற்கு அர்த்தம். இந்த இடத்தில் சிந்து என்பது கடலைக் குறிக்கிறது. பாரதியார் தனது பாடலில் 'சிந்து நதியின்மிசை' என்று பாடும்போது அது நதியைக் குறிக்கும். வங்காள மொழியில் 'வ' என்ற உச்சரிப்பு கிடையாது. அதை 'ப' என்று தான் சொல்வார்கள். வங்காளி என்பதை (ஃ)பங்காலி

என்பார்கள், விருந்தாவனம் என்பதை பிருந்தாவனம் என்பார்கள். விஹார் என்பதை பிஹார் என்பார்கள். தென்னிந்திய மொழிகளை எடுத்துக்கொண்டால் தமிழில் 'பால்' என்று சொல்லப்படுவது கர்நாடகாவில் 'ஹாலு' என்று ஆகிவிடும். 'ப'வுக்கு பதிலாக 'ஹ' சப்தம். 'பள்ளி' என்பது 'ஹள்ளி' என்றாகிவிடும்.

அதுபோலவே பாரசீகர்கள் சிந்து நதியிலிருந்து 'ச' சப்தத்தை 'இ' அல்லது 'ஹி' என்று மாற்றிக்கொண்டு இருக்க வாய்ப்பு இருக்கிறது.

பிரிட்டிஷாருக்கு வெகு முன்பாகவே ஹிந்து என்ற வார்த்தையைப் பயன்படுத்திய அயல் நாட்டு ஆவணங்கள் நான்கை முதலில் சொல்கிறேன். பொது யுகத்துக்கு முன்பாக ஐந்தாம் நூற்றாண்டில்...

பாண்டே: அதாவது 2500 ஆண்டுகளுக்கு முன்பாக.

துஷ்யந்த் ஸ்ரீதர்: ஆமாம். அப்போது சீக்கிய மதமோ இஸ்லாமோ எதுவும் இருந்திருக்கவில்லை. கிறிஸ்தவம் தோன்றியிருக்க வில்லை. யூத மதம் இருந்திருக்கலாம். பாரசீகத்தில் டேரியஸ், நக்ஸ்-ஏ ருஸ்தம் (Darius, Naqsh-e Rustam) கல்வெட்டுக்கள் இருக்கின்றன. இரான் நாட்டில் இருக்கக்கூடிய கல்வெட்டுகள். நமது நாட்டிலும் கர்நாடகாவில் ஆய்கோள் (Aihole) கல்வெட்டுக்கள் உள்ளன. இவற்றை வைத்துத்தான் மஹாபாரதக் காலகட்டத்தை நாம் நிர்ணயிக்கிறோம். ஒரிஸாவில் ஹாத்திகும்பா (Hathigumpha) கல்வெட்டுகள் இருக்கின்றன. 'ஹிதுஷாகா ஹோம வர்த்த ஷாகா' என்று ஒரு குறிப்பு இரானியக் கல்வெட்டில் இடம்பெற்றுள்ளது. நமது தேசத்தைக் குறிக்க 'ஹிது' என்று பயன்படுத்தி இருக்கிறார்கள். 'ந்' என்ற வார்த்தை அவர்கள் மொழியில் கிடையாது. இது நம்மைப் பற்றிய நம் தேசத்தைப் பற்றிய முதல் அயல் நாட்டுக் குறிப்பு.

அடுத்ததாக ஹுஎன் சாங் (Xuanzang) எனப்படும் சீன தேசத்து யாத்ரிகர் பாரத தேசத்துக்கு அன்று வந்திருக்கிறார். இப்போது நம் நாட்டில் இருந்து வேறு நாடுகளுக்கும் வேறு நாடுகளில் இருந்து நம் நாட்டுக்கும் கல்வி முதலான பல காரணங் களுக்காக வந்துபோகிறார்களே அதுபோல் அன்றைக்கும் இருந்திருக்கிறது.

பாண்டே: நமது பள்ளிகளில் 'யுவான் சுவாங்' என்று அவரைக் குறிப்பிட்டிருப்பார்கள்.

துஷ்யந்த் ஸ்ரீதர்: ஆமாம். சீனாவில் இருக்கும் பௌத்தம் வேறானது. ஆனால் அதன் அடிப்படை நம் பாரத தேசத்து பௌத்தம்தான் என்பது அனைவருக்குமே தெரிந்த விஷயம் தான். சீன தேசத்தில் கடைப்பிடிக்கப்படும் பௌத்தத்துக்கும் பாரத தேசத்தில் இருக்கும் பௌத்தத்துக்கும் இடையிலான தொடர்பைத் தெரிந்துகொள்ள இங்கு வந்திருக்கிறார். ஆனால் அன்றைய சீனப் பேரரசர் பாரதத்துக்கு போக அனுமதி தரவில்லை. எனவே, இவர் உஸ்பெகிஸ்தானுக்குப் போய்விட்டு அங்கிருந்து ஆஃப்கானிஸ்தான் வழியாக இந்தியாவுக்குள் வருகிறார். அப்போதுதான் அவர் சிந்து நதியைக் கடக்க வேண்டி வருகிறது. உத்தரபிரதேசத்தில் கன்னௌஜ் பகுதியில் தங்கி இருக்கிறார். அப்போது வர்த்த மன்னர்கள் ஆட்சியில் இருந்திருக்கிறார்கள். இது ஆறாவது ஏழாம் நூற்றாண்டு வாக்கில். ஹர்ஷ வர்த்தனர் அப்போது ஆண்டுவந்தார். இந்தக் காலகட்டத்தில்தான் இஸ்லாம் உலகெங்கும் பரவ ஆரம்பித்தது. இந்த சீன யாத்ரிகர் கன்னௌஜ் அரசைப் பற்றி எழுதுகிறார். அதன் பின் புத்த கயாவுக்குச் சென்று பாலி, ப்ராக்ருதம் எல்லாம் கற்றுக்கொள்கிறார். இங்கு உள்ள பௌத்தத்தைப் பற்றித் தெரிந்துகொண்டு ஒரு புத்தகம் எழுதினார். அதன் பின் சீனாவுக்குச் சென்று அதை சீன மொழிக்கு மொழிபெயர்த்து வெளியிடுகிறார். அதில் பாரத தேசத்தில் இருந்த மக்களைக் குறிப்பிடும்போது 'ஹிந்து மக்கள்' என்று குறிப்பிடுகிறார். இது இரண்டாவது ஆதாரம்.

பாண்டே: ஆக முதல் ஆதாரம் என்பது பொ.யு.மு. ஐந்தாம் நூற்றாண்டுக் குறிப்பு. இரண்டாவது ஆதாரம் என்பது பொ.யு.ஏழாம் நூற்றாண்டைச் சேர்ந்தது இல்லையா.

துஷ்யந்த் ஸ்ரீதர்: ஆமாம். இஸ்லாமின் இறைதூதர் பொ.யு. 570களைச் சேர்ந்தவர். ஹர்ஷ வர்த்தனர் 602-ல் ஆட்சி புரிந்தவர். ஹான் சாங் 620 வாக்கில் வந்து போயிருக்கிறார். மூன்றாவது ஆதாரம். உஸ்பெகிஸ்தான், கிரிகிஸ்தான், தஜிகிஸ்தான் போன்ற நான்கு பக்கங்களும் நிலங்களால் சூழப்பட்ட மத்திய ஆசிய நாடுகளில் கிடைத்திருக்கிறது. அங்கு கடல் கிடையாது. உஸ்பெகிஸ்தான் பாமிர் மலைகளுக்கு பக்கத்தில் இருக்கிறது. நமது பழம் பெரும் புராணங்களில் 'மேருமலை' என்று சொல்லப்படுவது அந்த மலையாக இருக்கும் என்று ஒரு நம்பிக்கை இருக்கிறது. அந்த உஸ்பெகிஸ்தானில் பெருனி என்ற பெயரில் ஒரு சிறிய கிராமம் இருக்கிறது. பெருனியைச் சேர்ந்த

ஒருவர் அல்பெருனி. அவர் பத்து-பதினோராம் நூற்றாண்டைச் சேர்ந்தவர். இப்போது கிறிஸ்தவம் தோன்றிவிட்டது. பாரத தேசத்துக்குள் அது வந்ததாக தெரியவில்லை. ஆனால் அது தோன்றிப் பல நூற்றாண்டுகள் ஆகிவிட்டது. இஸ்லாமும் தோன்றிவிட்டது. முகமது கோரி, முகமது கஜினி ஆகியோருடைய படையெடுப்புகள் எல்லாம் அந்தக் கால கட்டத்தில் தான் நடந்தன. அந்த அல்பெருனி சிந்து நதியைக் கடந்து பாரத தேசத்துக்கு வந்து இங்கு சிலகாலம் தங்கி இருந்திருக்கிறார். அவர் ஓர் இஸ்லாமியர் என்பதால் பாரத தேசத்தில் இருந்த மதத்துக்கும் தனது மதத்துக்கும் இடையிலான ஒற்றுமை வேற்றுமைகளைத் தெரிந்துகொண்டார். அவர் பாரத தேசத்தில் இருந்தபோது ஒரு புத்தகம் எழுதினார். அந்தப் புத்தகத்துக்கு அவர் வைத்த பெயர் 'தாரிக் அல் ஹிந்த்'. இந்தியாவின் வரலாறு பற்றிப் பேசிய அந்த புத்தகத்துக்கு அவர் சூட்டிய பெயர் அது. தாரிக் என்றால் வரலாறு. ஹிந்து பிரதேசத்தின் வரலாறு. பாரத தேசத்தை குறிப்பிடுவதற்கு அவர் பயன்படுத்திய பெயர் 'ஹிந்து'. இது மூன்றாவது ஆதாரம்.

இன்று உலகில் கிறிஸ்தவம், இஸ்லாம், ஹிந்து மதம் ஆகியவை முக்கியமான மதங்களாக இருக்கின்றன. அன்றைய கால கட்டத்தில் பார்சிகளின் ஜெராஷ்ட்ரிய மதமும் முக்கிய மதமாக இருந்தது. அக்னி வழிபாடுதான் அவர்களுக்குப் பிரதானமானது. அக்னி தேவனுக்கான கோவில் அங்கு உண்டு. அந்த மதத்தினரின் முக்கியமான புத்தகம் 'ஸெந்த் அவெஸ்தா'. அந்தப் புத்தகம் எப்போது எழுதப்பட்டது என்பது தெரியாது. அது தொடர்பாகக் கிடைத்த முதல் ஓலைச்சுவடி பதிமூன்று பதினான்காம் நூற்றாண்டு வாக்கில் கிடைத்தது. அதில் 'ஹப்த ஹிந்து' என்று ஒரு முக்கியமான விஷயம் குறிப்பிடப்பட்டுள்ளது. 'கங்கேச யமுனே சைவ கோதாவரி சரஸ்வதி நர்மதே சிந்து காவேரி ஜலேஸ்மின் சன்னிதிம் குரு' என ஏழு புண்ணிய நதிகளை வணங்கும் ஸ்லோகம் கேள்விப்பட்டிருப்பீர்கள். இந்த ஏழு நதிகளை மட்டும் குறிப்பிடுவதால் அன்று தாமிரபரணி, பாலாறு, பெரியாறு போன்றவை எல்லாம் அன்று இல்லை என்று அர்த்தம் இல்லை. இந்தக் குறிப்பிட்ட நிலப்பரப்பில் வாழ்ந்தவர்களுக்கு இந்த ஏழு நதிகளில் புனித நீராடுவது முக்கியமான வழிபாட்டுச் சடங்காக இருந்திருக்கிறது. இதற்கு வடமொழியில் 'சப்த சிந்து' என்ற பெயர். சிந்து என்றால் நதி என்றுதான் அர்த்தம். சப்த என்றால் ஏழு. சப்த சிந்து என்றால் ஏழு நதிகள் என்று அர்த்தம்.

பாண்டே: ஆக சிந்து என்றால் சிந்து சாகரத்தையும் குறிக்கும். சிந்துநதியையும் குறிக்கும். நதிகள் எல்லாவற்றையும் குறிக்கக்கூடிய பொதுவான பெயராகவும் அது பயன்படுத்தப் படும். அப்படித்தானே.

துஷ்யந்த் ஸ்ரீதர்: ஆமாம். அந்த சப்த சிந்து என்பது பாரசீகர்களின் ஸெந்த் அவெஸ்தா புத்தகத்தில் ஹப்த ஹிந்து என்று 'ச' காரம் 'ஹ' காரமாக மருவி வந்திருக்கிறது. சப்த சிந்து நதிகள் பாயக்கூடிய பிரதேசமானது அந்த 14ஆம் நூற்றாண்டு கிடைத்த புத்தகத்தில் 'ஹப்த ஹிந்து' என்று குறிப்பிடப்பட்டுள்ளது. ஆக பொ.யு.மு. ஐந்தாவது நூற்றாண்டு தொடங்கி பொ.யு. பதினான்காம் நூற்றாண்டு வரையில் நமக்கு கிடைத்திருக்கும் கல்வெட்டுகள் ஓலைச்சுவடிகள் ஆகியவற்றில் 'ஹிந்து' என்று குறிப்பிடப்பட்டிருக்கிறது. சுமார் 2000 ஆண்டு காலகட்டத்தில் வெளிநாட்டினர் நம்மைப்பற்றி 'ஹிந்து' என்று குறிப்பிட்ட நான்கு முக்கியமான ஆவணங்கள் கிடைத்துள்ளன. அந்தக் காலத்தில் பெரும்பாலான நாகரிகங்கள் நதிக்கரையை ஒட்டி உருவானவைதான். குறிப்பிட்ட நிலப்பகுதியில் வசிப்பவர்களை அங்கு பாயும் நதியை அடையாளமாக வைத்துத்தான் குறிப்பிடுவார்கள். நைல் நதிக்கரை நாகரிகம், யூப்ரடிஸ் டைகிரிஸ் நாகரிகம், சிந்து நதி நாகரிகம், ஹூவாங் யூ நாகரிகம் என்று தான் சொல்வார்கள். இன்றும் கீழடி பற்றி சொல்லும்போது 'வைகை நதிக்கரை நாகரிகம்' என்று தான் சொல்கிறோம்.

பாண்டே: உலகம் முழுவதுமே நதிக்கரை நாகரிகங்கள் தான்.

துஷ்யந்த் ஸ்ரீதர்: ஆமாம். இதில் நாம் முக்கியமாகக் கவனிக்க வேண்டிய விஷயம் என்னவென்றால் சிந்து நதிக்கரை நாகரிகம் என்றால் அது வட இந்தியாவை மட்டும் குறிக்கக்கூடியதல்ல. சிந்து நதிக்கரை தொடங்கி காவிரி பாயக்கூடிய தமிழகம் வரையிலான முழு நிலப்பரப்பையும் குறிக்கக்கூடியதுதான். இந்த முழு நிலப்பரப்பையும் ஒரே அடையாளத்தால் சொல்வதற்கு பதிலாக வேறொன்றையும் பயன்படுத்தி இருக்கிறார்கள். ஒரிசா, ஆந்திரா, தமிழ்நாடு, கேரளா, கர்நாடகா, தக்காணம், குஜராத் இந்த முக்கோண வடிவிலான நிலப்பரப்பை 'திராவிடம்' என்ற வேறொரு அடையாளத்தின் மூலமாகவும் குறிப்பிட்டார்கள். இந்த நிலப்பரப்பில் வசிப்பவர்களை 'பஞ்ச திராவிடர்கள்' என்று சொல்வார்கள்.

இந்த திராவிடம் என்ற குறிப்பானது நிலப்பரப்பைக் குறிக்க கூடியதுதான். தனி இனத்தைக் குறிக்கக்கூடியதல்ல. இந்தியா என்பதற்கான வேர்ச்சொல் வேறு நாட்டவர்கள் நம்மைப் பற்றிக் குறிப்பிட்ட வார்த்தையில் இருந்து கிடைத்திருக்கிறது.

பாண்டே: இந்த ஹிந்து என்ற வகைப்பாட்டுக்குள் தென்னிந்தியாவையும் சேர்ப்பதற்கான ஆதாரமாக சப்தசிந்து என்பதில் காவிரி நதியும் சேர்க்கப்பட்டிருப்பதை ஒரு வலுவான ஆதாரமாக எடுத்துக்கொள்ளலாம் இல்லையா.

துஷ்யந்த் ஸ்ரீதர்: ஆம் நிச்சயமாக. பாகவதத்தில் ஒரு ஸ்லோகம் வருகிறது.

'கலௌள கலு பவிஷ்யந்தி நாராயண பராயணா:
கசித் க்வசித் மகாபாகா த்ரமிடேஷச பூரிச:
தாம்ரபர்ணீ நதீ யத்ர க்ருதமாலா பயஸ்வினி.
காவேரீ ச மஹாபுண்யா பிரசீதிச மஹா நதி'.

இந்த ஸ்லோகத்தை நைமிசாரண்யத்தில் உத்தரபிரதேசத்தில் இருந்து எழுதுகிறார். தாமிரபரணி, காவிரி, மஹா பாகா (பெரியாறு) க்ருதமாலா (வைகை) பயஸ்வினி (பாலாறு) முதலான நதிக்கரைகளிலும் திருமாலைச் சேவிக்கக்கூடிய பக்தர்கள் பின்னாளில் தோன்றுவார்கள் என்று இந்த ஸ்லோகத்தில் ஆழ்வார்களைக் குறிப்பிட்டுச் சொல்கிறார்கள். பாகவதம் வட இந்தியாவில் வட இந்தியர் ஒருவரால் எழுதப்பட்டது என்றாலும் தென் இந்தியா, அதில் பாயும் நதிகள் பற்றிய குறிப்புகள் எல்லாம் ஏராளமாக இருக்கின்றன.

அசோகரின் கல்வெட்டுக்கள் பொ.யு.மு ஐந்தாம்-நான்காம் நூற்றாண்டைச் சேர்ந்தது. அதில் சோழர்கள் பற்றியும் கேரள புத்திரர்கள் பற்றியும் குறிப்புகள் இருக்கின்றன. அது 2500 ஆண்டுகளுக்கு முந்தைய கல்வெட்டு.

பாண்டே: அந்நியர்கள் நம்மை சிந்து நதியை அடிப்படையாக வைத்து ஹிந்து, ஹிந்துஸ்தான் என்றெல்லாம் சொல்லி இருக்கிறார்கள். நம் பழங்கால நூல்களில் நம்மைப் பற்றி எப்படி அடையாளப்படுத்தியிருக்கிறது? வேதங்கள், ஸ்மிருதிகள், ஸ்ருதிகள் என எல்லாம் இருந்திருக்கின்றன. சிந்து நதிக்கு இந்தப் பக்கம் வாழ்ந்த மக்களை, அவர்களுடைய வாழ்வியல் முறையை என்ன பெயரில் நம் புத்தகங்களில் குறிப்பிட்டிருக்கிறார்கள்?

சம்ஸ்கிருதம், தமிழ் போன்ற நம்முடைய மொழிகளில் உள்ள படைப்புகளில் 'ஹிந்து' என்ற சொல் இருக்கிறதா?

துஷ்யந்த் ஸ்ரீதர்: ராமாயணம், மஹாபாரதம், ஏழெட்டு புராணங்கள் எல்லாம் மூல நூல்களாகவே படித்திருக்கிறேன். ஆனால், அவற்றில் ஹிந்து என்ற சொல் இல்லை. நமது மரபில் 'வைதிகம்', 'அவைதிகம்' என்றொரு அடையாளப் பாகுபாடு இருந்தது. சீக்கிய மதம், கிறிஸ்தவம், இஸ்லாம் ஆகியவற்றுக்கு முன்பாகவே பௌத்தம், சமணம் போன்ற மதங்கள் எல்லாம் இருந்தன என்பதில் சந்தேகமே இல்லை. பௌத்த சமண மதங்களுடைய பிறப்பிடம் பண்டைய அகண்ட பாரத தேசம் தான். புத்தர் பிறந்த லும்பினி இன்று நேபாளத்தில் இருக்கிறது. அன்றைய பௌத்தம், சமணம் ஆகிய மதங்களைப் பின்பற்றிய வர்களை அவைதிக மதத்தினர் என்று சொல்வது வழக்கம். வைதிக மதம் சாராதவர்கள் என்று பொருள். இன்னொரு வகையில் ஆஸ்திகர், நாஸ்திகர் என்றும் சொல்வார்கள். பௌத்தமெல்லாம் நாஸ்திக பிரிவின் கீழ் வரும். இன்று நாஸ்திகர் என்றால் கடவுள் நம்பிக்கை இல்லாதவர் என்று எடுத்துக்கொள்கிறோம்.

பாண்டே: ஆஸ்திகம் என்பதற்கும் ஆஸ்தி என்பதற்கும் தொடர்பு உண்டா. நிறைய சொத்து வைத்திருப்பதை நிறைய ஆஸ்தி இருப்பதாகச் சொல்வதுண்டே.

துஷ்யந்த் ஸ்ரீதர்: 'அஸ்தி' என்பதுதான் வேர்ச்சொல். அந்த வடமொழிச் சொல்லின் அர்த்தம் 'இருக்கிறது' என்பதுதான்.

பாண்டே: இன்னொரு சந்தேகம் இங்கு வருகிறது. அஸ்தி என்றால் சாம்பல் என்றும் அர்த்தம் உண்டல்லவா. அஸ்தி கரைப்பது என்றால் இருந்ததை அதாவது இருந்த உடலை கரைப்பது என்ற அர்த்தத்தில் வந்ததா?

துஷ்யந்த் ஸ்ரீதர்: நாம் இன்று பின்பற்றும் சடங்கு சம்பிரதாயங்கள், பெயர்கள் எல்லாவற்றுக்குமே அந்நாளில் ஒரு காரணம் காரியம் இருந்திருக்கும். நமது மரபில் ஆத்மா, உடல் என்ற இரண்டு உண்டு. ஆத்மாவுக்கு அழிவில்லை. உடம்புக்கு அழிவு உண்டு. அதைத்தான் கரைக்கிறோம். எனவே இருந்த உடலை இல்லாமல் ஆக்கும் செயல் என்பதால் அப்படியான பொருளையும் எடுத்துக்கொள்ளலாம்.

பாண்டே: அதுபோல் ஆஸ்தி என்பது சொத்து என்பதாகப் பின்னர் வந்திருக்கலாம். முதலில் நிறைய ஞானம், நிறைய புண்ணியம்

சேர்ப்பது இதைத்தான் ஆஸ்தி என்று சொல்லியிருக்கலாம் அல்லவா?

துஷ்யந்த் ஸ்ரீதர்: ஆமாம். ஒரு வார்த்தைக்குப் பல அர்த்தங்கள் இருப்பதுண்டு. 'அர்த்த' என்ற சம்ஸ்கிருதச் சொல்லை எடுத்துக்கொண்டு பார்த்தால் அதற்கு 'அருஞ்சொற்பொருள்' என்றும் 'செல்வம்' என்றும் இரண்டு அர்த்தங்கள் உண்டு. தர்ம, அர்த்த, காம, மோட்ச என்று சொல்லும்போது வரும் 'அர்த்த' என்பது செல்வத்தைக் குறிக்கிறது.

பாண்டே: தமிழில் 'அர்த்த' என்பதற்கு 'பொருள்' என்று சொல்வோம். இந்தப் பொருள் என்றால் ஒரு வார்த்தையின் விளக்கம் என்றும் எடுத்துக்கொள்ளலாம். செல்வத்தையும் 'பொருள்' என்று குறிப்பிடலாம். ஆக பொருள் என்ற ஒரே வார்த்தை சம்ஸ்கிருதத்தைப் போலவே, வார்த்தையின் பொருளையும் செல்வத்தையும் இங்கும் குறிக்கிறது.

துஷ்யந்த் ஸ்ரீதர்: ஆமாம். 'அஸ்தி' என்ற வார்த்தைக்கு 'கடவுள் இருக்கிறார்' என்று சொல்வதாக எடுத்துக்கொள்கிறோம். ஆக ஆஸ்திகர் என்றால் கடவுள் இருக்கிறார் என்ற நம்பிக்கை கொண்டவர் என்று அர்த்தம். ந - ஆஸ்திகர் என்றால் கடவுள் இருக்கிறார் என்பதை ஏற்காதவர் என்று அர்த்தம். இது இன்றைய புரிதல். இன்றைய நடைமுறை. அன்று ஆஸ்திகர் என்றால் வேதங்களில் இருப்பவற்றை ஏற்றுக்கொள்பவர் என்று பொருள். வேதத்தை யாரெல்லாம் ஏற்றுக்கொள்ளவில்லையோ அவர்களை அன்று நாஸ்திகர் என்று சொன்னார்கள். அப்படியாக வேதங்களில் இருப்பவை அல்லாமல் பௌத்தம், சமணம் ஆகியவற்றில் இருப்பவற்றை நம்புபவர்களை நாஸ்திகர் என்று சொன்னார்கள்.

பாண்டே: ஆக இஸ்லாமுக்கு முன்பாக கிறிஸ்தவம். அதற்கு முன்பாக பௌத்தம், சமணம் இருந்திருக்கின்றன. அதற்கு முன்பாக ஹிந்து மதம் இருந்திருக்கும். அந்தப் பெயரில் இல்லாமல் வேறு பெயரில் இருந்திருக்கும். அதிலிருந்து வேறுபட்ட பௌத்தர், சமணர்களை நாஸ்திகர்கள், அவைதிகர்கள் என்று சொல்லியிருக்கிறார்கள். அப்படித்தானே.

துஷ்யந்த் ஸ்ரீதர்: ஆமாம். இப்போது ஆதியில் இருந்தவர்களை வைதிகர்கள் என்று சொல்லும்போது வேதத்தை நம்புபவர்கள் என்றுதான் அர்த்தம் வருகிறதே தவிர இன்ன மதம் என்று எந்தக்

குறிப்பும் அதிலும் இல்லை. ஏனென்றால் ஒரு மதம் என்று ஒன்றைச் சொல்லவேண்டுமென்றால் அதற்கென்று ஏதேனும் தனியான ஒரு தத்துவம், சித்தாந்தம் இருக்கவேண்டும். ஜீவாத்மா பரமாத்மா வேறு என்பது ஒரு சித்தாந்தம். இரண்டும் ஒன்றே என்பது இன்னொரு சித்தாந்தம். அத்வைதம், த்வைதம், விசிஷ்டாத்வைதம் என பல சித்தாந்தங்கள் இருக்கின்றன. இவையெல்லாம் மனிதர்களுடைய உள்ளுக்குள் பயணிக்கக் கூடியவை. ஆத்மா, பரமாத்மா பற்றியெல்லாம் உள் முகமாகச் சிந்திப்பது ஒருவகை. அதையே வெளிப்புறமாகக் கொண்டு வந்தால் அதை ஆங்கிலத்தில் 'தியாலஜி' என்று சொல்வார்கள். அத்வைதம், த்வைதம் என்பதெல்லாம் தத்துவங்கள். சைவம், வைணவம் என்பதெல்லாம் வெளிப்புற சடங்கு சம்பிரதாயங்கள் இவற்றைக்கொண்ட மதங்கள். இவை எல்லாம் தனி மனிதரை அடிப்படையாக்க்கொண்டவை. சமூகத்தை அடிப்படையாகக் கொண்ட வழிமுறைகள் எல்லாம் ஆகமங்கள் என்று அழைக்கப் படும். சித்தாந்தம் என்பது தத்துவம். ஃபிலாசஃபி. நம்பிக்கை என்பது தியாலஜி. ஆகமமென்பது சடங்கு சம்பிரதாயங்கள். சைவ ஆகமம், வைணவ ஆகமம் என்று பல உண்டு. இந்த மூன்றும் கலந்ததுதான் ஒரு மதம். வைதிக மதங்களைப் பொறுத்த வரையில் அவை எல்லாவற்றையும் ஒரே குடையின் கீழ் இப்படிக் கொண்டுவருவது மிகவும் சிரமம். ஏனென்றால் ஒற்றை தத்துவம் கிடையாது. ஒற்றை நம்பிக்கை கிடையாது.

பாண்டே: வேதமே ஒற்றைப்படையானது அல்ல. நான்கு இருக்கின்றன.

துஷ்யந்த் ஸ்ரீதர்: ஆமாம். இப்படிப் பொதுமைப்படுத்தி ஒரு குடையின் கீழ் கொண்டுவரமுடியாத அந்த மரபை ஒரு குறிப்பிட்ட அடையாளத்தின் கீழ் சொல்ல முயற்சி செய்தும் இருக்கிறார்கள். நெருப்பின் இயல்பு சுடுவது. சுட்டால்தான் நெருப்பு. அதாவது சுடுவது நெருப்பின் குணம். தர்மம். எந்த ஒன்றை ஒரு விஷயத்தில் இருந்து பிரிக்க முடியாதோ அதை அதனுடைய தர்மம் என்று சொல்வதுண்டு. நீரின் இயல்பு குளிர்விப்பது. அந்தக் குளிர்விக்கும் தன்மையை அதனிடமிருந்து பிரிக்க முடியாது. 'யுனிவர்சல் கூலண்ட்' என்று ஆங்கிலத்தில் நீரைப் பற்றிச் சொல்வார்கள். இறைவனுக்கு மன்னிப்பது தர்மம். தவறு செய்வது மனித இயல்பு. மன்னிப்பது இறைவனின் இயல்பு. அதுபோல் அழிவில்லாததற்கு 'சனாதனம்' என்று

பெயர். எனவே நமது பழுங்கால தர்மத்துக்கு சனாதன தர்மம் என்று பெயர் வைத்தார்கள். அதற்கு அழிவே கிடையாது. ஒரு இடத்தில் அழிந்துபோல் தோன்றினாலும் இன்னொரு இடத்தில் அது முளைத்துவிடும்.

பாண்டே: அழியாமல் இருப்பது, அழிக்க முடியாமல் இருப்பது எதுவோ அதுவே சனாதனம். அப்படித்தானே.

துஷ்யந்த் ஸ்ரீதர்: அழிக்க முடியாதது என்று சொன்னால் ஏதோ சவால் விடுவதுபோல் இருக்கிறது. இந்த தர்மத்தின் கருத்துகள் அழியாதவை. அவ்வளவுதான்.

பாண்டே: சரி, சனாதனம் என்பது பற்றிப் பின்னர் பார்ப்போம். அகண்ட பாரதத்தில் இருந்தவர்களுக்கு முதலில் வேதமே பிரதானமாக இருந்திருக்கிறது என்று சொன்னீர்கள். அந்த வேதம் எப்போது தோன்றியது, எழுதப்பட்டது என்பது பற்றி சிறிது சொல்லுங்கள். பல நூற்றாண்டுகளாக அது செவிவழியாகவும் வாய்மொழிவழியாகவுமே கடந்து வந்திருக்கிறது. அது எப்போது தோன்றியது. அல்லது அதுவுமே சனாதனம் போல் ஆதி அந்தம் இல்லாத ஒன்றா?

துஷ்யந்த் ஸ்ரீதர்: வேதங்களில் இருக்கும் மந்திரங்கள் எல்லாமே தனித்தனியானவை. நமது மரபார்ந்த நம்பிக்கை என்னவென் றால் பல யுகங்கள் கழித்து ஒரு ரிஷி இவற்றையெல்லாம் பகுத்து, தொகுத்துக் கொடுத்திருக்கிறார். இப்போது நம் வீடுகளில் அஞ்சறைப் பெட்டி என்ற ஒன்று இருப்பதைப் பார்த்திருப்பீர்கள். கடுகு, வெந்தயம், மிளகு, கிராம்பு, சீரகம் என அனைத்தையும் தனித்தனியாக வைத்திருப்போம். வேதங்கள் எல்லாம் ஒரு காலகட்டத்தில் எல்லாமே ஒன்றாகவே ஒன்றுடன் ஒன்று கலந்தே இருந்தன. ஒரு மஹானீர் அப்படிக் கலந்து இருந்தவற்றைப் பிரித்துக் கொடுத்தார். அப்படிப் பிரிப்பதற்கு 'வியாசம்' என்று பெயர். அப்படி வேதங்களைப் பிரித்துத் தொகுத்ததால் அந்த க்ருஷ்ண த்வாபையனாருக்கு வேத வியாசர் என்று பெயர் வந்தது. அவர் அதை உருவாக்கவில்லை. ஏற்கெனவே இருந்ததைப் பிரித்து வகைப்படுத்திக் கொடுத்தார்.

பாண்டே: எப்படி கொலம்பஸ் கண்டுபிடிப்பதற்கு முன்பும் அமெரிக்கா இருந்ததோ அதுபோல் வேத வியாசர் தொகுத்து, பிரித்துக் கொடுப்பதற்கு முன்பாகவே வேதங்கள் இருந்திருக் கின்றன. அப்படித்தானே.

துஷ்யந்த் ஸ்ரீதர்: ஆமாம். இதில் ஒரு சுவாரசியமான விஷயம் என்னவென்றால் ரிக்வேதத்தில் இருக்கும் ஒரு ஸ்லோகத்தை சற்றே மாற்றிப் பாடினால் அது சாம வேத மந்திரமாகிவிடும்.

பாண்டே: ஓ... இங்கு ஒரு கேள்வி வருகிறது. இந்த வேத வியாசரின் காலம் எது என்பது தெரியுமா?

துஷ்யந்த் ஸ்ரீதர்: வேத வியாசர் செய்த மகத்தான காரியங்களில் இன்னொன்று மஹாபாரதத்தை எழுதியது. அடுத்ததாக பிரம்ம சூத்திரங்களை எழுதிக் கொடுத்தார். உபநிடதத்தில் இருந்த சில வார்த்தைகளை எடுத்து மாலையாகக் கோர்த்தார். சூத்ரம் என்றால் மாலை என்று ஒரு பொருள் உண்டு. பிரம்மத்தை விளக்கும் வார்த்தைகளைக் கோர்த்து உருவாக்கியது பிரம்ம சூத்திரம். இப்போது ஒரு நபருடைய காலம் என்ன என்று கணிப்பதென்றால் அவரால் எழுதப்பட்ட புத்தகங்களுடைய காலத்தை, அதாவது, அந்தப் புத்தகத்தில் சொல்லப்பட்டிருக்கும் விஷயங்கள் நடந்த காலகட்டத்தை வைத்துக் கணிக்கலாம். அப்போதும் அந்த சம்பவங்கள் நடந்து பல காலம் கழித்து ஒருவர் அதை எழுதியிருக்கலாம். அல்லது அது நடந்தபோதே எழுதியிருக்கலாம். ஆனால், அந்த சம்பவம் நடப்பதற்கு முன்பாக அதை எழுதியிருக்க முடியாது. எனவே, அந்த சம்பவங்களின் காலம் தெரிந்தால் அதை எழுதியவர் நிச்சயம் அந்த காலத்தை அல்லது அதற்குப் பிந்தைய காலத்தைச் சேர்ந்தவராகத்தான் இருக்கவேண்டும் என்று முடிவுக்கு வரலாம்.

'மகாபாரத தாத்பர்ய நிர்ணயம்' என்றொரு புத்தகம் இருக்கிறது. அது 13-ம் நூற்றாண்டில் கர்நாடகத்தில் அவதரித்த மத்வாச்சார்யரால் எழுதப்பட்டது. மஹாபாரதம் ரொம்பவும் பெரியதாக இருக்கிறது. அதன் சாரத்தை நான் சுருக்கி எழுதுகிறேன் என்று அவர் சொன்னார். பெரியவாச்சான் பிள்ளை, நம்பிள்ளை போன்றவர்கள் வைணவ பிரபந்தங்களுக்கு விளக்க உரை எழுதும்போது மஹாபாரத ஸ்லோகங்களை மேற்கோள் காட்டி எழுதியிருக்கிறார்கள். ராமானுஜருக்கு முன்னால் தோன்றிய யாமுனாச்சார்யர் - பத்தாம் நூற்றாண்டாக இருக்கலாம். அவரும் மஹாபாரதத்தில் இருந்து மேற்கோள் காட்டியிருக்கிறார். ஆழ்வார்களின் காலகட்டம் என்பது ஐந்திலிருந்து எட்டாம் நூற்றாண்டுவரை இருக்கலாமென்று வரலாற்றாசிரியர்கள் சொல்வார்கள்.

பாண்டே: வரலாற்று ஆதாரங்களின் அடிப்படையிலேயே ஆழ்வார்கள் சுமார் 1500 ஆண்டுகளுக்கு முந்தையவர்கள் என்று நாம் தைரியமாகச் சொல்லலாம்.

துஷ்யந்த் ஸ்ரீதர்: ஆமாம். திருமங்கையாழ்வார் ஆறு பிரபந்தங்கள் பாடினார். பெரிய திருமடல் என்றொரு பிரபந்தம் உண்டு. அதில் அர்ஜுனன் பிராயச்சித்தம் செய்ய தீர்த்த யாத்திரை மேற்கொண்டான். அப்போது மதுரைப் பக்கம் வந்தபோது உலூபி என்ற பெண்ணை மணந்தான். திருமங்கையாழ்வார் இது பற்றிக் குறிப்பிட்டிருக்கிறார். அவர் பல்லவ மன்னனைப் பற்றியும் குறிப்பிட்டிருக்கிறார். காஞ்சிபுரத்தில் வைகுண்டப் பெருமாள் கோவில் இருக்கிறது. பல்லவ மன்னரால் கட்டப்பட்ட அருமையான கோவில் அது. அது கட்டப்பட்ட காலகட்டத்தில் வாழ்ந்த மிகப் பெரிய சிவ பக்தர்தான் ஞான சம்பந்தர். ஞான சம்பந்தர் பற்றிய செப்பேடுகள் வைகை நதிக்கரையில் கிடைத்திருக்கின்றன. இது ஒருபக்கம். கர்நாடகாவில் ஆய்ஹோளே என்றொரு இடம் இருக்கிறது. இது பாதாமி சாளுக்கியர்கள் ஆட்சி புரிந்த இடம். கல்யாணி சாளுக்கியர்கள், பாதாமி சாளுக்கியர்கள், வெங்கி சாளுக்கியர்கள் என்று மூன்று வகையினர் உண்டு. பாதாமி சாளுக்கியர்களின் ஒரு கல்வெட்டில் புலகேசி மன்னரைப் பற்றிச் சொல்லும்போது மஹாபாரதப் போர் முடிந்து 3100 ஆண்டுகளுக்குப் பின்னர் ஆட்சி புரிந்தவர் என்பதாக ஒரு குறிப்பு இருக்கிறது.

பாண்டே: புலகேசி ஆறாம் நூற்றாண்டைச் சேர்ந்தவர். அதாவது சுமார் 1500 ஆண்டுகளுக்கு முந்தையவர். அவருக்கும் 3100 ஆண்டுகளுக்கு முன்பாக மஹாபாரதப் போர் நடந்திருக்கிற தென்றால் சுமார் 4500-5000 ஆண்டுகளுக்கு முன்பாக என்று எடுத்துக்கொள்ளலாமா?

துஷ்யந்த் ஸ்ரீதர்: ஆமாம். மஹாபாரதம் பொ.யு.மு. 3500-3000 நடந்ததாக வரலாற்றுரீதியாகச் சொல்கிறோம்.

ஆய்ஹோலே கல்வெட்டுகள் மிகவும் பிரபலமனவை. அனைவரும் பார்க்க முடிந்தவை. அவற்றின் மொழி பெயர்ப்புகள் எல்லாம் கிடைக்கின்றன. அந்தக் கல்வெட்டுகளின் அடிப்படையில் மஹாபாரதத்தின் காலத்தைத் தெளிவாக வரையறுத்துவிடமுடியும். அதை வைத்து வியாசரின் காலத்தையும் கண்டுபிடித்துவிடமுடியும். அதுபோல் பிரம்ம சூத்திரத்தை எடுத்துக்கொண்டால் மத்வர்; அவருக்கு முன்பாக

ராமானுஜர்; அவருக்கு முன்பாக ஆதிசங்கரர்; அவருக்கு முன்பாக போதாயனர்; அவருக்கு முன்பாக த்ரமிடர்; அவருக்கு முந்தைய தங்கர் என இவர்கள் அத்தனைபேரும் பிரம்ம சூத்திரத்துக்கு உரை எழுதியிருக்கிறார்கள். போதாயனர் எழுதிய பிரம்ம சூத்திர உரையானது இன்றைய பாகிஸ்தான் ஆக்கிரமிப்பு காஷ்மீரில் இருக்கும் சாரதா பீடத்தில் ராமானுஜருக்குக் கிடைத்தது. முத்துஸ்வாமி தீட்சிதர் 19-ம் நூற்றாண்டில் அந்த சாரத பீடத்துக்குப் போய்வந்து 'காஷ்மீரவிஹாரா' என்று கலாவதி ராகத்தில் பாடியிருக்கிறார். இந்த ஆதாரங்களின் அடிப்படையில் வேத வியாசருடைய காலகட்டம் பொ.யு.மு. 3500-3100 என்று உறுதியாகச் சொல்லலாம்.

பாண்டே: வேதவியாசரின் காலம் அப்படி சுமார் 5000 ஆண்டுகளுக்கு முன்பாக என்றால் அவர் பிரித்து, தொகுத்துக் கொடுத்த வேதங்களின் காலம் என்னவாக இருக்கும்?

துஷ்யந்த் ஸ்ரீதர்: வேத வியாசர் எழுதிய மஹாபாரதத்தில் துஷ்யந்தன் என்ற மன்னரைப் பற்றிய கதை இடம்பெற்றுள்ளது. அவருடைய மகளின் பெயர் துஷ்யந்தி. ஜனகனின் மகள் ஜானகி என்று அப்பாவை வைத்து மகளின் பெயர் வைக்கப்படும். அப்படியாக துஷ்யந்தனின் மகள் துஷ்யந்தி. சகுந்தலையையும் பரதனையும் பற்றி 'சதபத பிராமணம்' எனும் வேதப் படைப்பில் குறிப்பிடப்பட்டுள்ளது. புரூரவஸுக்கும் ஊர்வசிக்கும் இடையிலான காதலைப் பற்றி 'விக்ரம ஊர்வசியம்' என்று காளிதாஸர் நாடகம் ஒன்று எழுதியிருக்கிறார். அதைப்பற்றியும் சதபதபிராமணத்தில் குறிப்பிடப்பட்டுள்ளது. பாற்கடலைக் கடைந்தது பற்றி நமக்குத் தெரியும் அல்லவா. 'வடவரையை மத்தாகி வாசுகியை நாணாக்கி' என்று சிலப்பதிகாரத்தில் வருமே சமணரான இளங்கோ அடிகள் எழுதிய காவியம் அது. மேருமலையைக் கடைந்தபோது முதலில் வந்த ஆலகால விஷத்தை உண்டவர் திரு நீலகண்டர். இந்தக் கதையானது ரிக்வேதத்தில் இடம்பெற்றிருக்கிறது.

கேஸி விஷஸ்ய பாத்ரேண ருத்ரேண அபிவத்ஸக.

அதாவது ருத்ரன் விஷத்தை அருந்தினார் என்று வருகிறது. திருப்பதி மலையைப் பற்றி ரிக்வேதத்தில் ஒரு மந்திரம் இடம்பெற்றிருக்கிறது.

அராயிகானே விகடே கிரிங்கச்ச தான்வே ஸ்ரீன்பிடஸ்ய ஜாதயாமஸி.

ஸ்ரீன் பிடஸ்ய என்றால் ஸ்ரீ தேவி அகலாமல் இருக்கும் மலை என்று அர்த்தம். அதைத்தான் நம்மாழ்வார் 'அகலகில்லேன் நிறையுமின்ன அலர்மேல் மங்கை உறை மார்பா' என்று பாடியிருக்கிறார்.

பாண்டே: அதனால் தான் திரு (ஸ்ரீ) மலை.

துஷ்யந்த் ஸ்ரீதர்: ஆம். நம்மாழ்வார் ரிக்வேதத்தில் இருக்கும் விஷயத்தை எடுத்துப் பாடியிருக்கிறார். ஆரவல்லி என்றொரு மலைத்தொடர். குஜராத்தில் தொடங்கி ராஜஸ்தான் முழுவதுமாக நீண்டு செல்லும் மலைத்தொடர். கார்பன் காலக்கணக்கீட்டில் அது முக்கியமான மலை. மிக மிகப் பழமையான மலை. அந்த மலைக் கல்வெட்டில் ரிக்வேத மந்திரங்கள் இருக்கின்றன. ஆதி எகிப்து நாகரிக காலகட்டத்தைச் சேர்ந்ததாக அந்தக் கல்வெட்டின் காலம் சொல்லப்படுகிறது.

பாண்டே: வேதங்கள் ஐயாயிரம் ஆண்டுகளுக்கு முன்பாகப் பிரித்து, தொகுக்கப்பட்டன. அதற்கு முன்பாக எத்தனை ஆண்டுகாலம் அது இருந்திருக்கும் என்பது நமக்குத் தெரியாது. வேத வார்த்தைகள், ஸ்லோகங்கள், வாக்கியங்கள், தத்துவங்கள் எல்லாமே அதற்கு முன்பே இருந்திருக்கவேண்டும். ஆக அவையெல்லாம் எப்போது தோன்றியிருக்கும் என்றால் அதற்கும் பின்னால் உள்ள காலகட்டத்துக்குப் போக வேண்டியிருக்கும். அப்படிச் சென்றால் அது சனாதனம் என்ற இடத்துக்குச் சென்று சேர்கிறது. இந்தியர்களைக் குறிப்பதற்கு சிந்து-ஹிந்து என்ற வார்த்தை பயன்பட்டதுபோல இந்த மதத்தை-மதங்களைக் குறிப்பிட அந்த சனாதனம் என்ற வார்த்தை எப்போது, எங்கு, யாரால் முதலில் பயன்படுத்தப்பட்டது?

துஷ்யந்த் ஸ்ரீதர்: அடியேனுக்குத் தெரிந்தவரை மூன்று இடங்களைச் சொல்லலாம். முதலாவதாக மஹாபாரதத்தில் ஒரு ஸ்லோகத்தில் குறிப்பிடப்பட்டிருக்கிறது. அந்த ஸ்லோகத்தைச் சொல்வதற்கு முன்பாக ஒரு அடிப்படை விஷயம் பற்றி முதலில் சொல்கிறேன். அப்போதுதான் ஸ்லோகத்தைப் புரிந்துகொள்வது எளிதாக இருக்கும். பிராமணம், ஆரண்யகம், சம்ஹிதா, உபநிஷத் என வேதங்களில் நான்கு பாகங்கள் உண்டு. முதல் மூன்றும் பொதுவாக ஒரு கர்மாவை, செயலைக் குறிப்பிடும். அதாவது ஒரு ஹோமத்தை எப்படிச் செய்ய வேண்டும், அதன் மூலம் எந்த தெய்வத்தை வணங்குகிறோம் என்பதையெல்லாம் அவை விவரிக்கும். அப்படியாக ஒவ்வொரு

வேதத்திலும் இருக்கும் இந்த நான்கு பாகங்களில் முதல் மூன்றும் கர்ம காண்டம் என அழைக்கப்படும்.

பாண்டே: அந்தச் செயல்கள் என்பவை யாகம், வேள்வி என்பதாகவே இருந்திருக்கிறது. கோவில் கட்டுவது என்பதாக இல்லை அல்லவா?

துஷ்யந்த் ஸ்ரீதர்: அதர்வணவேதத்தில் 'ரததாரக' என்று ஒரு குறிப்பு வருகிறது. வலிமையானவனாக மாறவேண்டும் என்று விரும்பும் ஒரு மன்னர், ரதத்திலிருப்பவரைச் சென்று வணங்குவதாக ஒரு குறிப்பு வருகிறது. ரதம் என்றால் மன்னர்கள் பயணம் செய்யும் தேர் என்று ஒரு அர்த்தம். இன்னொரு அர்த்தம் கோவில். கோவில்களிலும் தேர் இருப்பதைப் பார்த்திருக் கிறோமே. அடுத்ததாக, இறை உருவம் தொடர்பான குறிப்புகள் இருக்கின்றனவா என்று பார்த்தால் ஏராளம் இருக்கின்றன. 'ஆப்ரணகாத் சர்வ ஏவ ஸ்வர்ணஹ' அதாவது பிரம்மமானது தலைமுதல் கால்வரை தங்க நிறத்தில் இருப்பவர் என்று சொல்லப்பட்டிருக்கிறது. பிரம்மத்தின் மீசையுமே தங்க நிறத்தில் ஜொலிக்குமாம். 'பொன்னிவர் மேனி மரகத்தின் பொங்கிளம் சோதி யகலத்தாரம்' என்று ஆப்ரணகாத் சர்வ ஏவ ஸ்வர்ணஹ என்று வேதத்தில் சொன்னதை அப்படியே மொழிபெயர்த்தது போல் திருமங்கை ஆழ்வாரும் பாடுகிறார்.

பாண்டே: கோவில், திரு உருவம் தொடர்பாக இப்படியான குறிப்புகள் இருந்தபோதிலும் வேதங்களின் முதல் மூன்று அங்கங்களான கர்ம காண்டத்தில் வேள்வி செய்வது பற்றியே மிகுதியான தகவல்கள் இருக்கின்றன அல்லவா?

துஷ்யந்த் ஸ்ரீதர்: ஆமாம். நடுநடுவே கதைகள், கருத்துகள் எல்லாம் வரும். பொதுவாக ஒரு நாடு செழிப்பாக இருக்க, ஒரு சமூகம் செழிப்பாக இருக்க, ஒரு தனி நபர் செழிப்பாக இருக்க என்று ஒவ்வொன்றுக்குமான யாகங்கள் பற்றி மிக விரிவாக அவற்றில் இடம்பெற்றுள்ளன. 'சோம யாகம்' என்ற ஒன்று இருக்கிறது. அதைச் செய்தவருக்கு 'சோம்ய' என்று ஒரு அடைமொழி தரப்படும். சதேவ சோம்ய இதமக்ரஹாசி என்று சொல்வார்கள். வாஜபேயம் என்றொரு யாகம் அதைச் செய்பவர்களுக்கு வாஜபேயி என்று பெயர். அந்தப் பரம்பரையில் வந்தவர்தான் அடல் பிஹாரி வாஜ்பேயி. ப்ராஜாபத்யம் என்றொரு யாகம். அதை 18 நாட்கள் செய்வார்கள். அப்படியான

யாகங்கள் பற்றிய முழு விவரங்களும் கொண்ட 'செயல் விளக்கக் கையேடு' என்று அந்த மூன்று அங்கங்களைச் சொல்லலாம்.

இப்போது ஒரு செயலைச் செய்யச் சொன்னால் அதை எதற்காகச் செய்யவேண்டும் என்ற கேள்வியும் வரும் அல்லவா? அந்த விளக்கத்தை, ஞானத்தைத் தருவதற்கான ஸ்லோகங்கள் எல்லாம் நான்காவது அங்கமாக உபநிஷத்களாகத் தொகுக்கப்பட்டன. வேதத்தின் அந்தமாக அதாவது இறுதி அங்கமாக இருப்பதால் 'வேதாந்தம்' என்றும் அதற்குப் பெயர். இதற்கு 'ஞான காண்டம்' என்றும் பெயர் உண்டு. கர்ம காண்டத்தை மட்டும் நம்பியவர்களும் அந்தக் காலத்தில் இருந்தார்கள். அவர்களை 'பூர்வ மீமாம்சகர்கள்' என்று சொல்வார்கள். வேதாந்தமான உபநிஷத்களைத் தெரிந்துகொள்வதில் அவர்கள் ஆர்வம் காட்ட மாட்டார்கள். சில ஞானிகள், துறவிகள் எல்லாம் கர்ம காண்டம் இருக்கட்டும். ஆனால், நான் ஞான காண்டத்திலேயே கவனத்தைச் செலுத்துவேன் என்று இருப்பார்கள். வசிஷ்டர் போன்றவர்கள் யாகங்களும் செய்துவைப்பார்கள். ஞான விசாரங்களிலும் ஈடுபடுவார்கள்.

பாண்டே: சதுர் வேதி என்று சொல்வார்களே அவர்கள் எப்படியானவர்கள்?

துஷ்யந்த் ஸ்ரீதர்: வேதத்தைப் படிக்கக்கூடியவர்களிலேயே நான்கு வேதங்களையும் கற்கும் உரிமை, அதிகாரம் ஒருவருக்குக் கிடையாது. ஒருவர் எந்தப் பரம்பரையில் பிறந்திருக்கிறாரோ அவர்களுக்கான வேதத்தை மட்டுமேதான் அவர் படிக்க வேண்டும். இரண்டாவதாக வேறொரு வேதத்தைப் படிக்கவே கூடாது. அதனால் வட இந்தியாவில் சதுர்வேதி என்று சொல்லப் படுபவர்கள் எப்படி நான்கு வேதங்களையும் படித்திருக்க முடியும் என்பதே ஒரு பெரிய கேள்விதான்.

சரி விஷயத்துக்கு வருவோம். சனாதன தர்மம் என்ற வார்த்தை முதலில் எங்கே வருகிறது என்று கேட்டீர்கள். 'ஏச வேதவிதோ விப்ராஹா ஏசாத்யாத்ம சேதஸாஹ தே வதந்தி' என்று மஹாபாரதத்தில் ஒரு ஸ்லோகம் வரும். 'ஏச வேதவிதோ விப்ராஹா' என்றால் முதல் மூன்று அங்கங்களான கர்ம காண்டத்தை நம்பி ஏற்றுக்கொண்டவர்களும் 'ஏசாத்யாத்ம சேதஸாக்' அதாவது நான்காவதான ஞான காண்டத்தை ஏற்றுப் பின்பற்றுபவர்களும் தே வதந்தி - வதந்தி என்றால் பன்மை என்று பொருள். அந்த இருவரும் எந்தவிஷயத்திலும் ஒத்துப் போக

மாட்டார்கள். மிகுந்த வேறுபாடு அவர்களுடைய பார்வையில் இருக்கும். இருந்தும் அவர்கள் இருவரும் ஏற்றுக்கொள்ளும் ஒரே விஷயம் என்னவென்றால் 'க்ருஷ்ணம் தர்மம் சனாதனம்'. இன்னொரு இடத்தில் கண்ணனே சனாதனம் என்று வரும். ஒற்றை மனிதரே சனாதனம் என்று எப்படிச் சொல்லமுடியும் என்று ஒரு கேள்வி இங்கு வரும். உரையாசிரியர்கள் என்ன சொல்வார்களென்றால் கண்ணன் சொன்ன கீதையும் அதற்கு முன்பாக அருளிய விஷ்ணு சஹஸ்ரநாமத்தில் உள்ள கருத்துகளும்தான் சனாதன தர்மத்தின் அடிப்படை என்பார்கள். சிவ புராணத்தில் என்ன சொல்லப்பட்டிருக்கிறதென்றால் விண்ணுக்கும் மண்ணுமாக சிவ பெருமான் ஜோதி ஸ்வரூபமாக இருக்கும்போது இந்த ஜோதி வடிவத்தில் அவர் அருளியவையே, அந்த ஜோதி வடிவமே சனாதன தர்மம் என்று கருதப்படுகிறது என்று அதில் சொல்லப்பட்டிருக்கிறது.

பாண்டே: சிவ புராணத்தில் சனாதனம் என்ற வார்த்தையை சிவனே சொல்கிறாரா?

துஷ்யந்த் ஸ்ரீதர்: ஆமாம். கண்ணனை அவருடைய அடியவர்கள் சனாதனம் என்று சொல்கிறார்கள். சிவன் தனது ஜோதி வடிவமே சனாதனம் என்று அவரே சொல்கிறார். மனு நீதியிலும் சனாதனம் என்ற வார்த்தை வருகிறது. 'ஸ்த்யம் ப்ரூயாத் ப்ரியம் ப்ரூயாத் ந ப்ரூயாத் ஸத்யம் அப்ரியம் ப்ரியம் ச ந அந்ருதம் ப்ரூயாத்'. அதாவது, சத்யத்தைப் பேசு; அடுத்தவர்களுக்குப் பிடித்தவற்றை இனிமையானவற்றைப் பேசு; ஒருவருக்குப் பிடிக்கவில்லை என்றால் முடிந்தவரை அவர் முன்னால் அந்த சத்தியத்தைப் பேசாதே; பிறருக்குப் பிடித்திருக்கிறது என்பதற்காக அசத்தியத்தைப் பேசாதே. இதுவே சனாதன தர்மம் என்று மனு ஸ்ம்ருதியில் சொல்லப்பட்டிருக்கிறது. அப்படியாக மஹாபாரதம், சிவ புராணம், மனு ஸ்ம்ருதி ஆகிய மூன்றிலும் சனாதன தர்மம் என்ற பெயர் குறிப்பிடப்பட்டிருக்கிறது.

பாண்டே: மனு தர்மம் என்று சொல்கிறீர்கள். மனுவின் காலகட்டமாக எதைச் சொல்கிறீர்கள். தமிழில் ஔவை என்ற பெயரில் பல புலவர்கள் இருந்ததாகச் சொல்வார்கள். அதுபோல் மனு என்ற பெயரிலும் பல இருந்திருப்பதாகத் தெரிகிறது. அவர் ஒரு ராஜா... சாணக்கியர் போன்றவர். ராமருக்கு முன்பாகவே இக்ஷ்வாகு வம்சத்தில் ஒரு மனு இருந்திருக்கிறார் என்றும் சொல்லப்படுகிறது. ஒரே ஒரு மனு மட்டும் தான் இருந்தாரா?

நம்மிடம் இருக்கும் இன்றைய மனுஸ்ம்ருதி எந்த மனுவால் எழுதப்பட்டது. எப்போது எழுதப்பட்டது?

துஷ்யந்த் ஸ்ரீதர்: மனு என்பது பொதுவான வார்த்தை. இன்றைய அர்த்தத்தில் புரிந்துகொள்ளும்படியாகச் சொல்வதானால் பிரதம மந்திரிபோல் அது ஒரு பதவி. பிரதமர் என்பது அவருடைய பெயர் இல்லையே. அவர்களுக்கென்று தனிப் பெயரும் இருக்கும் இல்லையா. அந்த வார்த்தைக்கு முன்னால் ஒரு பெயரைச் சேர்த்தால்தான் அது ஒரு நபரைக் குறிப்பதாக ஆகும். ஸ்வாயம்புவ மனு, சாக்ஸுஸ மனு, ரைவத மனு என்று பல நபர்கள் உண்டு. அதுபோல் 'வைவஸ்வத மனு' என்று ஒருவரும் உண்டு. அவர் எழுதியதுதான் நம்மிடம் இப்போது இருக்கும் மனு ஸ்ம்ருதி.

'விவஸ்வா' என்றால் சூரியனைக் குறிக்கும். விவஸ்வானுடைய சூரியனுடைய பிள்ளைக்குப் பெயர் வைவஸ்வதன் என்று பெயர். சூரியனுக்குப் பிறந்த அந்த வைவஸ்வ மனுதான் நமக்குத் தெரிந்த மனு. ராமாயணம், மஹாபாரதம், இன்றைய காலகட்டம் என அனைத்திலும் சொல்லப்படும் மனு இந்த வைவஸ்வதர்தான்.

ராமாயணத்தில் ராமர் சீதை திருமணத்தின்போது திருமணப் பத்திரிகையில் ராமனுடைய முன்னோர்கள் பற்றிய விவரணை வருகிறது. இக்ஷ்வாகு வம்சம், காஷ்யப கோத்ரம் என்றெல்லாம் சொல்லிவிட்டு வைவஸ்வத மனுவின் வழித்தோன்றல்கள் அஜன், திலீபன் ஆகியோரையடுத்து வந்தவர் ராமபிரான் என்று அதில் குறிப்பிடப்பட்டிருக்கிறது.

பாண்டே: அரச வம்சத்தின் முன்னோடி என்றால் வைவஸ்த மனு ஒரு மன்னர் என்று எடுத்துக்கொள்ளமுடியுமா?

துஷ்யந்த் ஸ்ரீதர்: அப்படிச் சொல்ல முடியுமா என்று தெரிய வில்லை. மனு என்ற பதவியின் பொறுப்பு என்று பார்த்தால் மேற்பார்வையாளர் என்பதுதான். ராமாயணத்தில் கோசல பிரதேசத்தின் தலைநகரான அயோத்யாவைப் பற்றிக் குறிப்பிடும் போது வால்மீகி சொல்கிறார் : 'மனுனா மானவேந்த்ரேன யாபுரி நிர்மிதாஸ்வயம்' அதாவது மனு என்பவர்களால் நேரடியாகக் கட்டவைக்கப்பட்ட இடம் அயோத்யா என்று அர்த்தம். மனிதர்களுக்கு இந்திரனாக இருக்கக்கூடிய (மானவேந்த்ரேன) மனுவினால் கட்டப்பட்ட ஊர் என்பது அர்த்தம். வால்மீகி

ராமாயணத்தை அடிப்படையாகக் கொண்டு எழுதப்பட்ட கம்பராமாயணத்தில் ஒரு ஸ்லோகம் வருகிறது. வாலியை ராமர் வதம் செய்கிறார். அப்போது வாலி ராமரைப் பார்த்து ஒரு கேள்வி கேட்கிறார்: 'உன் பத்தினி கிடைக்கவில்லையென்றால் இன்னொருவனின் உயிரை எடுக்கலாம் என்று நீ படித்த மனு நீதி கூறியிருக்கிறதா' என்று கேள்வி கேட்கிறார். தமிழகத்திலும் மனு ஸ்மிருதி மதிக்கத் தகுந்ததாக இருந்தது என்பதற்கு இது ஒரு சான்று. உண்மையில் அதை எப்படிப் பார்க்கவேண்டுமென்றால், உயிர் போகும் தருணத்தில் இருக்கும் ஒருவர் ஒரு புத்தகத்தைச் சொல்லிக்காட்டி அதில் இப்படி இருக்கிறதா என்று கேட்கிறாரென்றால் அந்தப் புனித நூலைப் படித்தவர் இப்படியான செயலைச் செய்யமாட்டார் என்று அந்த அளவுக்கு நம்பிக்கை அன்று இருந்திருக்கிறது என்று அர்த்தம்.

அதுபோல் கீதையில் அர்ஜுனுக்கு க்ருஷ்ண பரமாத்மா ஒரு உபதேசம் செய்கிறார். 'விவஸான் மனுவிப்ராஹ மனுரிக்க்ஷ்வாகு அப்ரமி'. அதாவது நான் உனது தேரோட்டியாக இருந்து கொண்டு சொல்லும் இவற்றை சாதாரண வார்த்தைகளாக எடுத்துக்கொள்ளாதே. விவஸ்வான் மனுவேப்ராஹ அதாவது விவஸ்வான் எனப்படும் சூரியன் அவருடைய மகனான மனுவுக்குச் சொல்லி அந்த மனு இக்ஷ்வாகு வம்சத்தினருக்குச் சொல்லி அப்படி வழிவழியாக வந்ததைத்தான் நான் உனக்குச் சொல்கிறேன் என்று சொல்கிறார். அப்படியாக ராமாயணத்திலும் மஹாபாரதத்திலும் சொல்லப்பட்டிருக்கும் வைவஸ்த மனு ஒருவரே. அவரேதான் மனு ஸ்ம்ருதியை எழுதியவரும்கூட என்று நாம் புரிந்துகொள்ளவேண்டும். ஆனால், அந்த மனு ஸ்ம்ருதியை இவர் தனி ஒருவராக எழுதினாரா... இவர் தலைமையில் மேற்பார்வையில் பலர் கூடி விவாதித்து எழுதப்பட்டதா என்பது தெரியவில்லை. வியாஸர் பிரம்ம சூத்திரத்தை எழுதும்போது இந்த ஸ்லோகத்தை இந்த ரிஷி ஏற்றுக்கொண்டிருக்கிறார். இவர் ஏற்றுக்கொள்ளவில்லை என்று நாம் இப்போதெல்லாம் மீட்டிங்குகளில் 'மினிட்ஸ்' என்று எழுதுவோமே அதுபோல் குறிப்பிட்டிருக்கிறார்.

பாண்டே: மூவாயிரம் ஆண்டுகளுக்கு முந்தைய தொல்காப்பியரும் அதுபோலவே, தான் எழுதியதாகச் சொல்லாமல், அவருக்கு முந்தைய சான்றோர்கள் சொல்கிறார்கள் என்றே குறிப்பிடுகிறார்.

துஷ்யந்த ஸ்ரீதர்: ஆமாம். ஆக நீங்கள் கேட்ட கேள்விக்கான பதிலைச் சுருக்கிச் சொல்வதென்றால், மனு என்பது ஒரு பொதுவான பெயர். வைவஸ்த மனு என்பவர்தான் மனு ஸ்ம்ருதியை எழுதியதாகச் சொல்கிறோம். ராமாயணம், மஹாபாரதம் ஆகியவற்றிலும் இத வைவஸ்த மனுவைப் பற்றியே குறிப்பிட்டிருக்கிறார்கள்.

பாண்டே: சனாதன தர்மம் என்று சொன்னீர்கள். இந்தியாவில் சைவம், வைணவம், சாக்தம், கௌமாரம், சௌரம், காணபத்யம் என்று பல மதங்கள் இருந்தன. இவற்றை வேறு மதங்கள் கபளீகரம் செய்துவிடும் என்ற பயத்தில் தனித்தனியாக இருந்த சைவம், வைணவம் போன்ற எல்லா மதங்களையும் ஒன்றாகச் சேர்த்து ஹிந்து மதம், சனாதன தர்மம் என்று சொல்கிறீர்கள். இந்தியாவில் இருந்த வெவ்வேறான மதங்கள் ஒரு வசதிக்காக, பாதுகாப்புக்காக செய்துகொண்ட சமரசம் ஏற்பாடுதான் ஹிந்து மதம். தனியாக அப்படி எதுவும் கிடையாது என்று சொல்லப்படுவதை எப்படிப் பார்க்கிறீர்கள்?

துஷ்யந்த் ஸ்ரீதர்: பூர்வ பக்ஷமாக அதாவது முதலில் நீங்கள் சொல்பவற்றை ப்ரைமா ஃபசி அப்படியே ஏற்றுக்கொண்டு சில விஷயங்கள் சொல்கிறேன். நீங்கள் ஹிந்து மதத்தின் ஆறு தனித்தனியான தரிசனங்களைச் சொன்னீர்கள். நான் வைணவத்துக்குள்ளேயே இருக்கும் பல பிரிவுகளைப் பற்றிச் சொல்கிறேன். ப்ரம்ம வைஷ்ணவ சம்பிரதாயம், ருத்ர வைஷ்ணவ சம்பிரதயம், ஸ்ரீ வைஷ்ணவ சம்பிரதாயம் என்று வைணவத்துக்குள்ளேயே பல பிரிவுகள் உண்டு. வேதியலில் கனிம வேதியல், கரிம வேதியல், க்வாண்டம் வேதியல் என பல இருப்பதுபோல் தத்துவ, சித்தாந்தங்களிலும் பல பிரிவுகள் உண்டு.

பொதுவான கருத்து என்னவென்றால் விஷ்ணுவை, நாராயணனை, பெருமாளை, கண்ணனை இப்படியானவர்களின் பெயரில் சொல்லப்படும் தத்துவங்களை அடிப்படையாகக் கொண்டதுதான் வைணவம். கண்ணனை மையமாகக் கொண்டு வழிபட்டால் க்ருஷ்ணாயிஸ வைணவ சம்பிரதாயம். அதே கண்ணனை ஸ்ரீமந்நாரயணனாக திருமகளுடன் சேர்த்து வழி பட்டால் அது ஸ்ரீவைஷ்ணவம். ஹிந்து மதத்தின் தனித்தன்மை என்னவென்றால் ஒவ்வொரு தரிசனமும் தனித்தும் இருக்க முடியும். கலந்தும் இருக்கமுடியும்.

அத்வைதம் என்றால் சைவம் மட்டுமே என்றோ விசிஷ்டாத்வைதம் என்றால் வைணவம் மட்டுமே என்றோவெல்லாம் எதுவும் கிடையாது. அத்வைதியாகக் இருந்தபடியே பெருமாளை வழிபடுபவர்கள் இருக்கிறார்கள். ராமானுஜர் முன்வைத்த விஷிஷ்டாத்வைதத்தை ஏற்றுக்கொண்ட படியே முழு முதற் கடவுளாக சிவனை வணங்குபவர்களும் உண்டு. சித்தாந்தம் என்பது வேறு... இறை நம்பிக்கை என்பது வேறு. இது எப்படி வேண்டுமானாலும் இங்குமங்குமாகக் கலந்தும் பிரிந்தும் இருக்கமுடியும்.

கொஞ்சம் எளிமையாகப் புரியும்படிச் சொல்வதானால் பூரி மசால், மசால் தோசை, உருளைக்கிழங்கு போண்டா என ஒரே உருளைக்கிழங்கு மசாலாவானது பூரி, தோசை, போண்டா என அனைத்துடனும் கலந்துகொள்ளமுடியும். அத்வைதம் + சாக்தம், அத்வைதம் + வைணவம், வைணவம் + சாக்தம் என எப்படி வேண்டுமானாலும் கலந்து இருக்கலாம்.

ஒவ்வொரு சித்தாந்தத்துக்கும் ஏராளமான புனித நூல்கள் உண்டு. ஆச்சர்யார்கள் எல்லாம் மிகப் பெரிய வலுவான கோட்டை போல் கட்டிவைத்திருக்கிறார்கள். விசிஷ்டாத்வைதம் என்று எடுத்துக் கொண்டால் ராமானுஜர், தேசிகர், மணவாள மாமுனிகள் என பலர் பல அருளிச் செய்திருக்கிறார்கள். அத்வைதம் என்று எடுத்துக்கொண்டால் ஆதி சங்கரர், சதாசிவ பிருமேந்திரர் போன்ற மகான்கள் கோட்டைபோல் கட்டிவைத்திருக்கிறார்கள். அப்படியான நிலையில் சைவம், வைணவம் இவற்றை எல்லாம் தனியான மதங்கள் என்றே சொல்லிவிடலாமே என்று கேட்டால் சொல்லிவிடலாம்தான். ஆனால், இதில் ஒரு சிறிய நடைமுறைச் சிக்கல் இருக்கிறது.

ஒரு மரத்தை நாம் பார்க்கும்போது பல கிளைகள், இலைகள், பூக்கள் என்று கண்ணில் தென்படும். ஆனால் அவை அனைத்தையும் தாங்குவது ஒரே தண்டு தான். 'பாகவத சப்தாஹம்' என்று பாரத தேசம் முழுவதுமே ஏழு நாட்கள் பாராயணம் செய்வார்கள். அந்த பாகவத புராணத்தில் 'ஜன்மாத்யஸ்ய யதோஸ்ன் வயாதிரதஸ் சார்தேஷு வபிக்ஞு: ஸ்வராட்' என்றொரு ஸ்லோகம் உண்டு. ஜன்மாத்யஸ்ய என்றால் பிறப்பு முதலானவற்றுக்கு ஆதியாக இருக்கக்கூடிய பரபிரம்மம் என்று அர்த்தம். இது வேதவியாசர் பிரம்ம சூத்திரத்தில் சொன்ன 'ஜன்மாத்யஸ்ய விவ' என்பதன் மாறுபட்ட வடிவம். இப்படி

பாகவதத்தில் இருக்கும் அனைத்து ஸ்லோகங்களையும் பிரித்து எடுத்து அலசிப் பார்த்தால் அது வேதங்களில் இருந்து உருவாகி வந்ததாக இருக்கும். இதுபோலவேதான் சிவ புராணங்களில் உள்ளவற்றையும் அலசி ஆராய்ந்து வேர் எது என்று பார்த்தால் அது வேதங்களை நோக்கியே செல்லும். ஆக வேதங்கள்தான் ஆதாரம். மரத்தின் தண்டு போல், வேர் போல். சைவம், வைணவம், சாக்தம் எல்லாமே அந்த மரத் தண்டில், வேரில் இருந்து முளைத்த கிளைகளே.

பாண்டே: மூலம் ஒன்றே. அதன் பாஷ்யங்கள் வேறு வேறு. விளக்க உரைகள் வேறு வேறு என்று சொல்லலாமா.

துஷ்யந்த் ஸ்ரீதர்: நிச்சயம் சொல்லலாம். பிரம்ம சூத்திரத்தை வைத்துக்கொண்டே ஆதி சங்கரர் அத்வைத சிந்தாந்தத்தை முன்வைக்கிறார். அதையே அடிப்படையாகக் கொண்டுதான் ராமானுஜர் விசிஷ்டாத்வைதத்தை முன்வைக்கிறார். ஜீவாத் மாவும் பரமாத்மாவும் வேறு வேறே என்று மத்வாச்சார்யரும் அதே பிரம்ம சூக்தத்தை அடிப்படையாகக் கொண்டே தனது த்வைத சித்தாந்தத்தை முன்வைக்கிறார். சைவமாகட்டும் வைணவமாகட்டும் சாக்தமாகட்டும் எல்லாவற்றின் அடிப்படையும் வேதங்களே.

பாண்டே: அப்படியானால், சைவம், வைணவம், சாக்தம் இவையெல்லாம் ஒரே மரத்தின் வெவ்வேறு கிளைகள் என்று சொல்கிறீர்கள்.

துஷ்யந்த் ஸ்ரீதர்: ஆமாம். ஆனால், சிலர் சொல்வார்கள் சைவத்துக்கும் வைணவத்துக்கும் இடையில் கருத்து வேறு பாடுகள் உண்டே. இரு தரப்பினரும் ஒன்று சேரமாட்டார்களே என்றெல்லாம் கேட்பார்கள். அந்த வேறுபாடுகள் இருப்பது உண்மையே.

பாண்டே: வைணவத்துக்குள்ளேயே வடகலை, தென்கலை என்றெல்லாம் பிரிவுகள் உண்டே. வைகானசம், பாஞ்சராத்ரம் என்றெல்லாம் சொல்வார்களே.

துஷ்யந்த் ஸ்ரீதர்: வைகானசம், பாஞ்சராத்ரம் என்பவை ஆகமங்களின் அடிப்படையிலான பிரிவுகள். வடகலை தென்கலை என்பவை மூல தத்துவத்தை விளக்கிச் சொல்வதில் உள்ள வித்தியாசத்தை அடிப்படையாகக் கொண்டது. இரு தரப்பினருக்கும் மூல ஆச்சார்யர் ராமானுஜர்தான். அவர்

சொன்னவைதான் அவர்களுக்கு பிரமாணம். ஆனால், அவர் சொன்னவற்றுக்கு விளக்கமாக இவர்கள் சொல்வதில் வேறுபாடு வருகிறது. வேதாந்த தேசிகர் அதனால்தான் அந்த வடகலை தென்கலை வித்தியாசம் பற்றிச் சொல்லும்போது, யோஜனா பேதம் மட்டுமே. வேறு எந்தப் பிளவும் கிடையாது என்கிறார். ஆனால், அந்த விளக்க உரை சார்ந்த வித்தியாசத்தினால் சண்டை சச்சரவுகள் இன்றும் நடந்துவருகின்றன. மீடியாக்கள் ஆர்வத்துடன் வெளிச்சம் போட்டுக் காட்டும் அளவுக்கு அவை நடந்துவருகின்றன. அதுபோல் சைவ வைணவத்துக்கும் இடையிலும் மோதல்கள் உண்டு. ஆனால் இவற்றுக்கிடையே உள்ள ஒற்றுமைகள் என்று பார்த்தால், வைணவர்கள் சாளக்கிராமத்தை வணங்கும்போது ஒரு ஸ்லோகம் சொல்வார்கள். கட்டாயம் தினமும் சொல்லவேண்டிய ஸ்லோகம்.

வைகுண்டேது பரேலோகே ஸ்ரீயாஸார்த்தம் ஜகத்பதி: ஆஸ்தே விஷ்ணுரசிந்த்யாத்மா பக்தை: பாகவதை: ஸஹ.

'வைகுண்டேது பரேலோகே' அதாவது வைகுண்டம் எனும் உயர்ந்த உலகில்; ஸ்ரீயாஸார்த்தம் திருமகளான ஸ்ரீயுடன் இருக்கக்கூடிய திருமாலே; ஆஸ்தே விஷ்ணுரசிந்த்யாத்மா பக்தை: பாகவதை: ஸஹ உயர்ந்த பக்தர்களான அடியவர்களால் சொல்லப்படக்கூடிய மந்திரங்களைக் காதால் கேட்டுவரக்கூடிய திருமாலே என்று இந்த ஸ்லோகத்துக்கு அர்த்தம். இது எதில் இருந்து எடுக்கப்பட்டிருக்கிறதென்றால் லிங்க புராணத்தில் இருந்து! இந்த லிங்க புராண ஸ்லோகத்தைத்தான் தினமும் வைணவர்கள் சொல்லித் துதிப்பார்கள்.

பாண்டே: அப்படியானால் சாளக்கிராமமும் ஒருவகையான லிங்கம் என்று சொல்லலாமா?

துஷ்யந்த் ஸ்ரீதர்: லிங்கம் என்பது ஓர் அடையாளம். சம்ஸ்கிருதத்தில் அடையளப்படுத்துதல் என்று பொருள். ஆணைக் குறிக்கக்கூடிய சொற்களை பூலிங்கம் என்றும் பெண்ணை குறிக்கும் சொற்களை ஸ்த்ரீலிங்கம் என்றும் சொல்வார்கள். ஆகம விதிகளின் படி சிவபெருமானை ஒரு குறிப்பிட்ட வடிவில்தான் வணங்கவேண்டும். கொலு போன்ற வற்றில் சிவபெருமானுக்கு உருவம் கொடுத்து வைக்கலாம். ஆனால், கோவில்களில் சிவபெருமானுக்கு லிங்க வடிவம்தான் தரவேண்டும். சிவனைக் குறிப்பிடும்படியாக அந்த உருவம் பயன்படுவதால் அது சிவ லிங்கம் என்று அழைக்கப்படுகிறது.

லிங்கம் என்பது அந்த உருவத்தின் பெயர் அல்ல. ஒருவகையான அடையாளப்படுத்தும் செயலைக் குறிக்கிறது.

பாண்டே: லிங்கம் என்ற வார்த்தைக்கு அடையாளக் குறியீடு என்று அர்த்தம் எடுத்துக்கொள்ளலாமா?

துஷ்யந்த் ஸ்ரீதர்: ஆமாம். உபய லிங்காதிகாரம் என்று பிரம்ம சூத்திரத்தில் வரும். இறைவனுக்கு இரண்டு அடையாளங்கள். எல்லாவித நற்குணங்களும் அவரிடம் உண்டு. எந்தவித கெட்ட குணமும் அவரிடம் இல்லை என்ற இந்த இரண்டு அடையாளங்களுக்கு உபய லிங்காதிகாரம் என்று பிரம்ம சூத்திரம் குறிப்பிடுகிறது. ஆக, சாளக்கிராம பூஜை என்பது பெருமாளை வணங்கும் வழிபாடு. அதை வழிபடும்போது சொல்லும் ஸ்லோகமோ லிங்க புராணத்தில் இருந்து எடுக்கப்பட்டிருக்கிறது. அதுபோல் சிவபெருமானை 63 நாயன்மார்களும் பக்தி சிரத்தையுடன் துதித்துச் சொல்லும் பஞ்சாட்சர மந்திரமான 'ஓம் நம சிவாய' என்பதன் மகத்துவமானது பாகவத புராணத்தில் மிக அருமையாகச் சொல்லப்பட்டிருக்கிறது. அப்படியாக கணித மொழியில் சொல்வதானால் 'ஏ' என்பது ஒரு தனி வட்டம். 'பி' என்பது இன்னொரு தனி வட்டம். ஆனால் இரண்டும் ஒன்று கலக்கும் இடமும் உண்டு. 'ஏ இண்டர்செக்ட் பி' என்று செட் தியரியில் வருமே அதுபோல் வேறுபடும் அம்சங்களும் இருக்கும். ஒன்றுபடும் அம்சங்களும் இருக்கும்.

'ஊர்த்வமூலம் அதஷாகம் அஸ்வத்வம்' என்று கீதையில் ஒரு ஸ்லோகம் வரும். அஸ்வத்வம் என்றால் அரச மரம். அரச மரம் திருமாலின் ஓர் அடையாளம்; அதாவது லிங்கம் என்று ஸ்ரீகிருஷ்ணர் அர்ஜுனரிடம் சொல்கிறார். இப்போது சிந்து சரஸ்வதி நதிக்கரை நாகரிகத்தை எடுத்துக்கொண்டு பார்த்தால், அது இன்றைய காலகட்டத்தைவிட ஐயாயிரம் ஆண்டுகள் பழமையானது. கிறிஸ்து பிறப்பதற்கு மூவாயிரம் ஆண்டுகள் முந்தையது. அந்த நாகரிகத்தில் இருந்து ஒரு முத்திரை கிடைத்திருக்கிறது. அதில் அரச மர உருவம் பொறிக்கப் பட்டுள்ளது. இந்த அரச மரம் என்பது பெருமாளைக் குறிக்கிறதா. 'கயல் பொதித்த பாண்டியன் குலபதிபோல்' என்று பெரியாழ்வார் பாடுகிறார். பாண்டியனைக் குறிக்கும் லிங்கம் 'கயல்' அதாவது மீன். அதுபோல் திருமாலுக்கு அடையாளம் 'அஸ்வத்தம்' அதாவது அரச மரம். சிந்து சரஸ்வதி சமவெளியில் 'பசு பதி'

என்றொரு முத்திரை கிடைத்திருக்கிறது. பசு என்றால் கோமாதா என்று ஒரு அர்த்தம். ஆனால், பசு என்பது அனைத்து விலங்குகளையும் குறிக்கும் சொல்லும் கூட.

பாண்டே: விலங்கு என்றால் பறவைகளும் அதில் அடங்கும் தானே.

துஷ்யந்த் ஸ்ரீதர்: ஆமாம் பசு என்றால் அனைத்து உயிர்களும் என்று அர்த்தம். அனைத்து விலங்குகளும் சுற்றி சூழ அமர்ந்திருக்கும் சிவ பெருமானின் உருவம்தான் அந்த பசு பதி முத்திரை. சிந்து சமவெளியில் கிடைத்திருக்கிறது. பாகிஸ்தானில் பலுசிஸ்தான் என்று ஒரு பகுதி இருக்கிறது. அங்கு மெஹர் கட் என்றொரு இடம். நாலாயிரம் ஐயாயிரம் ஆண்டுகளுக்கு முந்தைய பெண் தெய்வங்களின் உருவங்கள் அங்கு கிடைத்திருக்கின்றன. மேற்கத்தியர்கள் இந்த வழிபாட்டு முறைகளையெல்லாம் 'பேகனிசம்' என்று சொல்வார்கள். நம் அளவில் அது நம்முடைய உருவ வழிபாடுதான். நாம் இன்று வணங்கும் தெய்வங்கள் பற்றிய குறிப்புகள் எல்லாம் பாகவதம், லிங்க புராணம், சாக்த நூல்கள் போன்றவற்றில் மட்டுமே இருப்பதாகச் சொல்லவில்லை. அகழ்வாராய்ச்சித் தரவுகளும் கிடைத்திருக்கின்றன. அந்தத் தரவுகளில்கூட சைவம் வைணவம் சாக்தம் எல்லாம் கலந்தே இருக்கின்றன.

முன்பே சொன்னதுபோல் சைவ, வைணவ, சாக்தம் போன்ற எல்லா மரபுகளுக்கும் வேதங்களே ஆதாரம். கெளமாரம், கணாபத்யம் இவற்றையெல்லாம் முருக வழிபாடு, விநாயக வழிபாடு என்று தனியாகச் சொன்னாலும் இவற்றையெல்லாம் சைவ, வைணவ, சாக்த மரபுகளுக்குள் கொண்டுவந்துவிடலாம். ஸ்கந்த மாதா என்று அம்பாளை வணங்குகிறோம். ஸ்கந்தனுடைய அம்மா என்று இரண்டுமே இணைந்துவிடுகிறது அல்லவா? சைவத்தில் சௌமாஸ்கந்த விக்ரகம் என்று ஒன்று உண்டு. அப்படியாக சைவத்தில் அம்பாளையும் ஸ்கந்தரயும் ஏற்று வழிபடுவார்கள்.

தசோபனிஷதில் (பத்து உபநிடதங்களில்) கேனோபனிஷத் என்று ஒன்று உண்டு. அதற்கு ஆதி சங்கரர் உரை எழுதியிருக்கிறார். ராமானுஜர், மத்வாச்சார்யார் எல்லாரும் அந்த உபநிடத்தை ஏற்றுக்கொண்டிருக்கிறார்கள். 'கேனோ' என்றால் கேள்வி கேட்பது. அதில் ஒவ்வொரு தெய்வமாகத் தோன்றி மறையும். கேள்வி கேட்பவர் இது எப்படி அது எப்படி என்று

தொடர்ச்சியாகக் கேள்விகள் கேட்பார். இறுதியாக, 'உமாம் ஹைமவதி' இமவானின் மகளான ஸ்வர்ண நிறத்தில் இருக்கும் அம்பாள் தோன்றினாள் என்று அந்த உபநிடதத்தில் சொல்லப் பட்டிருக்கும்.

யஜூர் வேதத்தின் முக்கியமான அங்கமான ஸ்ரீ ருத்ரம் சிவனைப் பற்றி மிக உயர்த்திச் சொல்கிறது. திருமாலைப்பற்றி புருஷ சுக்தம், நாராயண சுக்தம், விஷ்ணு சுக்தம், தைத்ரிய உபநிஷத் எல்லாம் புகழ்ந்து சொல்கின்றன. அப்படியாக ஹிந்து மதத்தின் அத்தனை தரிசனங்களுக்கும் தத்துவங்களுக்கும் இறை வழிபாடுகளுக்கும் அடிப்படை என்பது வேதங்களே. எனவே சனாதன தர்மத்தின் குடையின் கீழ் கொண்டுவந்தால்தான் சைவம், வைணவம், சாக்தம், கௌமாரம், காணபத்யம், சௌரம் எல்லாமே உயிர் பிழைக்கும். தண்டை விட்டு நீங்கினால் கிளை அதன் பின் உயிரிழந்து மரக்கட்டையாகத்தானே ஆகும். நாங்கள் தனி என்று யாரேனும் பிரிந்து சென்றால் அதாவது வேதத்தை மறுத்துச் சென்றால், ஆகமங்களை ஒதுக்கி வைத்தால் அதன் பின் அது ஒரு மதமே அல்ல; இந்த இடத்தில் சௌரம் பற்றிக் கொஞ்சம் சொல்லவேண்டும்.

பாண்டே: சூரிய வழிபாடு.

துஷ்யந்த் ஸ்ரீதர்: ஆமாம். தமிழகம், கேரளாவில் எல்லாம் பஞ்சாங்கம் கணிக்கும்போது சூரியனை மையமாக வைத்துத்தான் கணிப்போம். சூரியன் உதிப்பதற்கு முன்பிருந்து தொடங்கித்தான் திருமண முகூர்த்தங்களைக் கணிப்போம். எனவே நமது திருமணங்கள் பொதுவாக அதிகாலை தொடங்கி காலை எட்டு 9 மணி வரையிலான முகூர்த்த நேரங்களில் நடக்கும். ஆந்திரா, கர்நாடகா போன்ற இடங்களில் சந்திரனை மையமாக வைத்துக் கணிப்பார்கள். எனவே அவர்களுடைய திருமணங்களின் முகூர்த்தங்கள் இரவில் இருக்கும்.

பாண்டே: வட இந்தியாவிலும் திருமணங்கள் இரவில் நடக்கும்.

துஷ்யந்த் ஸ்ரீதர்: ஆமாம் அங்கெல்லாம் சந்திரனை மையமாக வைத்துக் கணிப்பார்கள். யுகாதி, சத்ய நாராயண பூஜை ஆகிய வற்றையெல்லாம் பௌர்ணமியை அடிப்படையாக வைத்துக் கொண்டாடுவார்கள். சந்திரன் இல்லாத நாளான அமாவாஸை அவர்களுக்கு நல்ல நாள் இல்லை. தமிழகத்தில் அமாவாஸை என்பது மிகவும் உயர்வான நாளாக மதிக்கப்படுகிறது. நமக்கு

அமாவாசைக்கு அடுத்த நாளான பிரதமை நல்ல நாள் இல்லை. ஆந்திரா, கர்நாடகாவில் அது புனிதமான நாள். செளராயணம், சந்திராயணம் என கணிப்புகள் மேற்கொள்ளப்படும். ஆனால், செளரம்- சூரிய வழிபாடு என்பது தனிப் பெரும் பிரிவாக இருந்ததாகத் தெரியவில்லை. ராமாயணத்தின் சில உரையாசிரியர்கள் ராம பிரான் ஆதித்ய ஹ்ருதய ஸ்லோகம் சொல்லி சூரியனை வழிபட்டதாகச் சொல்வார்கள்.

பாண்டே: ராம பிரானே சூரிய வம்சத்தைச் சேர்ந்தவர் என்றுதானே சொல்வார்கள்.

துஷ்யந்த் ஸ்ரீதர்: ஆமாம். சரியாகச் சொன்னீர்கள். அவர் சூரிய வம்சத்தில் வந்தவர்தான். சூரியனை வழிபட்டு ஸ்லோகமும் சொல்லியிருக்கிறார். மஹாபாரதத்தில் வன வாசத்துக்கு பாண்டவர்களும் திரௌபதியும் சென்றபோது அட்சய பாத்திரத்தைக் கொடுத்தவர் சூரிய பகவான். சூரியனைப் புகழ்ந்து பாடும் 'அஷ்டோத்ர சத நாமாவளி' மஹாபாரதத்தில் இருக்கிறது. அப்புறம் சூரியனுக்கு மூன்று முக்கியமான கோவில்கள் இருக்கின்றன. ஒன்று 'மூலஸ்தானம்' என்ற இடத்தில் இருக்கிறது. ரத்தினங்களால் செய்யப்பட்ட சூரிய விக்ரஹம் நடு வானில் அந்தரத்தில் மிதந்துகொண்டிருந்ததாகச் சொல்வார்கள். அதாவது, கீழே காந்தத் தூண்களை நட்டுவைத்து அந்த விசையைக் கொண்டு சூரிய விக்ரஹத்தை அந்தரத்தில் மிதக்க வைத்திருந்ததாக 11ம் நூற்றாண்டில் உஸ்பெகிஸ்தானில் இருந்து வந்த அல்பெரூனி குறிப்பிட்டிருக்கிறார். அந்த மூலஸ்தானம் என்பதுதான் இன்று 'முல்தான்' என்று மருவி இருக்கிறது. பாகிஸ்தானில் உள்ள ஊர் அது.

குஜராத்தில் 'மோதரா' என்று சூரிய வழிபாட்டுக்கென்றே ஒரு கோவில் உண்டு.

மூன்றாவது கோவில் இன்று நாம் அனைவருக்கும் தெரிந்த கோனார்க் சூரியக் கோவில். அர்க்கஹா என்றால் சூரியன் என்று அர்த்தம். ஒரு குறிப்பிட்ட கோணத்தில் சூரியக் கதிர்கள் விழும்வகையில் கட்டப்பட்ட கோவில் 'கோண அர்க்' என்பதுதான் கோனார்க். ஓரிஸ்ஸாவில் இருக்கிறது. சூரிய - செளர வழிபாடு தொடர்பாக நம்மிடம் இவ்வளவு தகவல்கள்தான் இப்போது இருக்கின்றன. சைவம், வைணவம் போல் அது புகழ் பெற்ற வழிபாடாக இருந்ததாகத் தெரிய வில்லை. சூரியனே உண்மையில் விஷ்ணுவில் அடக்கம்

என்பதுதான் நம்பிக்கை. சூரிய நாராயணன் என்று திருமாலுக்கு ஒரு பெயரே உண்டு. சைவம், வைணவம், சாக்தம் என்பவை மிகவும் பழமையானவை. இவையெல்லாமே வேதங்கள், ஆகமங்கள் ஆகியவற்றை அடிப்படையாகக் கொண்ட சனாதன தர்மத்தின் அங்கங்களே என்பதில் புனித நூல்களைப் படித்தவர்களிடையே எந்த சந்தேகமும் இல்லை.

●

துஷ்யந்த் ஸ்ரீதர்: புராணங்கள், வேத ஸ்லோகங்களில் சொல்லப் பட்டிருக்கும் சில விஷயங்களை அப்படியே வார்த்தைக்கு வார்த்தை சொல்லும் பொருளை எடுத்துக்கொள்ளக்கூடாது. குறியீடாகச் சிலவற்றை சொல்வார்கள். த்ருஷ்ட விதி இல்லஸ்ட்ரேஷன் என்று பெயர்.

பாண்டே: நம் ஊரில் கண்ணாயிரம் என்று கூடப் பெயர் சூட்டுவதுண்டு.

துஷ்யந்த் ஸ்ரீதர்: மாரியம்மனுக்கு கண்ணாயிரமுடையாள் என்று ஒரு பெயர் உண்டு. மாரி என்ற நோயைப் போக்கக்கூடியவள் என்றும் ஒரு அர்த்தம் உண்டு. ஆயிரம் கண் கொண்டவள் என்றொரு பெயரும் உண்டு. புருஷ சுக்தத்தில் ஆயிரம் கண்ணுடைய இறைவன் ஆயிரம் கால் உடைய கடவுள் என்றெல்லாம் சொல்வது, நீங்கள் எங்கு சென்றாலும் பார்த்துக்கொண்டிருப்பார். நீங்கள் எங்கு சென்றாலும் உங்களுடன் வருவார் என்பதைப் புரியவைக்கச் சொல்லப்பட்ட குறியீட்டு விஷயம்தான். உடனே ஆயிரம் கண்கள் கொண்ட ஒரு தெய்வம் எப்படி இருக்கும் என்று கேள்வி கேட்க ஆரம்பிக்கக் கூடாது.

'வசந்தோ அஸ்யாஸி ராஜ்ஜியம்' என்று புருஷ சுக்தத்தில் வரும். ஒரு வேள்வி செய்வார்கள். அதில் நெய்யாக ஊற்றப்படுவது என்ன தெரியுமா? பூக்கள் மலர்ந்து நிற்கும் வசந்த காலம் தான் நெய்யாக ஊற்றப்படுகிறது. 'க்ரீஷ்ம இத்மஹா...' அதாவது கோடை காலம்தான் சமித்தாக யாக நெருப்பில் போடப்படும் குச்சி. இதை நேரடிப் பொருளில் எடுத்துக்கொண்டால் சரியாக இருக்குமா? இந்தப் பருவ காலங்கள் எல்லாமே இறைவனால் உருவாக்கப்பட்டவை. காலப் பிரவாகம் என்பது வசந்த காலத்தை நெய்யாக ஊற்றி கோடைக்காலத்தை சமித்தாக இட்டு அவர் செய்யும் வேள்வி என்று சொல்லிப் புரியவைக்க முயற்சி செய்திருக்கிறார்கள்.

பாண்டே: ஆழ்வார்கள் 'அன்பே தகழியாய் ஆர்வமே நெய்யாய்' என்று சொன்னதுபோல இல்லையா?

துஷ்யந்த் ஸ்ரீதர்: சரியாகச் சொன்னீர்கள். அன்பை எப்படி விளக்காக்க முடியும். ஆர்வம் என்பது ஓர் உணர்வு அல்லவா. அதை எப்படி நெய்யாக ஊற்றமுடியும் என்றெல்லாம் கேட்கக்கூடாது. இவற்றையெல்லாம் செய்தால் ஞான, மோட்ச ஒளி கிடைக்கும் என்பதற்காக அப்படிச் சொல்லியிருக்கிறார்கள். மேற்கத்திய கலாசாரத்தில் பைபிளில், 'லெட் தெர் பி லைட். அங்கே ஒளி உண்டாகட்டும்' என்று கர்த்தர் சொன்னதாகச் சொல்வார்கள். ஆழ்வார்களும் அதைத்தான் சொல்கிறார்கள். வேதங்களில் இருக்கும் கருத்துகளை நாம் எப்படிப் புரிந்து கொள்கிறோம் என்பது நம் கையில் இருக்கிறது. வேதத்தில் உள்ளவை இன்றைக்கு உதவுமா என்ற கேள்விக்கு ஒளி தொடர்பாக ஒரு விஷயம் சொல்கிறேன். வேத ஸ்லோகங்களுக்கு ஒலி மிகவும் முக்கியம். ஒலி, தொனி மாறினால் அர்த்தம் மாறும். தவறாகப் புரிந்துகொள்ளும் வாய்ப்பு உண்டு.

பாண்டே: எழுதிக் கொடுப்பதைப் படிக்கும்போதே தவறாகப் புரிந்துகொள்கிறோம். ஒலி மட்டுமே என்றால் நிச்சயம் நிறைய தவறுகள் வருமே.

துஷ்யந்த் ஸ்ரீதர்: ஆமாம். இது உண்மையிலேயே மிகவும் சவாலான, மலைக்கவைக்கும் விஷயம். உத்தரபிரதேசத்தில் இருக்கும் ஒரு குரு தன் சிஷ்யருக்கு வேதம் கற்றுத் தருவார். இங்கே திருச்சியில் காவிரி நதிக்கரையில் வேறொரு குரு அதே வேதத்தைக் கற்றுத் தருவார். இருவருக்கும் இடையில் எந்தத் தொடர்பும் பரிச்சயமும் பழக்கமும் இருக்காது. ஆனால், இருவரும் ஒரே வேதத்தை ஒரே மாதிரியாகக் கற்றுத் தந்தார்கள். இது எப்படி சாத்தியமானது. இது ஏதோ வெவ்வேறு இடங்களில் இருந்தவர்கள் மட்டுமல்ல. வெவ்வேறு காலகட்டங்களில் வாழ்ந்தவர்களும் அப்படியாகவே ஒரேவிதமாகக் கற்றுத் தந்தார்கள். ஆயிரக்கணக்கான ஆண்டுகளாக இது ஒரு துளியும் மாராமல் கைமாற்றித் தரப்பட்டிருக்கிறது. காஞ்சிபுரத்தில் இருந்த மஹா பெரியவா சந்திர சேகர சரஸ்வதி ஸ்வாமிகள் ஒருமுறை வடக்கில் இருந்த வேத பண்டிதர்கள் சிலரை இங்கு வரவழைத்தார். தமிழகம், ஆந்திரா, கர்நாடகா, கேரளா என தென்பகுதியில் இருந்த வேத விற்பன்னர்களையும் அழைத்தார்.

அனைவரையும் ஓரிடத்தில் அமர வைத்து, நான் வேதத்தில் இருந்து ஒரு ஸ்லோகத்தோட அத்யாயம் மற்றும் வரி என்ன என்று சொல்வேன். நீங்கள் அனைவரும் அந்த ஸ்லோகத்தைச் சொல்லவேண்டும் என்று சொன்னார். எந்த ஸ்லோக எண்ணைச் சொல்லப்போகிறேன் என்று அவர் முன்கூட்டியே எதுவும் யாரிடமும் சொல்லவில்லை. ஆனால், அவர் அப்படி அந்த வேத ஸ்லோகம் பற்றிய குறிப்பைச் சொன்னதும் அனைவரும் ஆச்சரியப்படும்படியாக வெவ்வேறு பகுதிகளில் இருந்து வந்திருந்த வேத விற்பன்னர்கள் அனைவருமே அந்த ஸ்லோகத்தை ஒரே ஸ்வரத்தில் ஒரே ஏற்ற இறக்கத்துடன் ஒற்றைக் குரலாக முழங்கினார்கள்.

பாண்டே: எந்த வேறுபாடுமே இல்லையா?

துஷ்யந்த் ஸ்ரீதர்: அதில் ஒரே ஒரு சிறிய வித்தியாசம் இருந்தது. தொனியில் அல்ல. வார்த்தையின் உச்சரிப்பில் சிறிய வேறுபாடு இருந்ததாக பரமாச்சார்யார் சொன்னார். அதாவது தென் பகுதியைச் சேர்ந்தவர்கள் 'யஸ்மை' என்று சொன்னதை வட இந்திய வேத விற்பன்னர்கள் 'ஜஸ்மை' என்று சொன்னார்கள். வட மாநிலங்களில் 'ய' காரத்தை 'ஜ' காரமாகச் சொல்வார்கள். 'யமுனை' என்று சொல்லமாட்டார்கள். 'ஜமுனை' என்று சொல்வார்கள். இந்த வார்த்தை-ஒலி மாற்றத்தினால் தவறான அர்த்தம் எதுவும் வந்துவிடவில்லை என்று மஹா பெரியவா வேத வார்த்தைகளின் ஒலியின் தொனியின் முக்கியத்துவம் பற்றி மிக விரிவாக அழகாகப் பேசியிருக்கிறார்.

ஒருமுறை ஹீப்ரு, இத்தாலி, கிரேக்கம் போன்ற பழமையான மொழிகளைக் கற்ற பெரிய அறிஞர்கள் காஞ்சிபுரத்துக்கு வந்திருந்தார்கள். மகா பெரியவாளைச் சந்திப்பதற்காகக் காத்துக் கொண்டிருந்தார்கள். காலையில் வந்திருந்தவர்களை பெரியவா மாலையில் சந்திப்பதற்காக அழைத்தார். விதேசத்திலிருந்து வந்திருந்த அவர்கள் தங்களுடைய ஹீப்ரு, கிரேக்கம் போன்ற மொழிகள் எல்லாம் மிகவும் பழங்காலத்தைச் சேர்ந்தவை. சீன மொழி, தமிழ், சமஸ்கிருதம் இவை எல்லாமே கூட மிகவும் பழமையான மொழிகள் என்று சொல்லப்படுகின்றன. இந்த மொழிகள் அல்லாமல் வேறு ஏதேனும் பழமையான மொழி இருக்கிறதா? என்று கேட்டார்கள். அதற்கு மகா பெரியவா இருக்கிறது. இவை எல்லாவற்றையும் விட மிகவும் பழமையான மொழி வேதத்தில் இருக்கிறது என்றார். வேத மொழியே மிகவும் பழமையானது.

அது தான் மிகவும் பழமையான மொழி என்று எப்படிச் சொல்கிறீர்கள் என்று அவர்கள் கேட்டார்கள். அப்போது பெரியவா அங்கிருந்த வேத பாடசாலையில் ரிக்வேதம் படித்துக்கொண்டிருக்கும் வித்யார்திகளை வரச்சொன்னார். வேதத்தில் இருந்த ஒரு ஸ்லோகத்தைச் சொல்லும்படிச் சொன்னார். அந்தக் குழந்தைகளும் அதைச் சொன்னார்கள். மகா பெரியவா தனது உதவியாளரைக் கொண்டு அந்த ஸ்லோகத்தை மணலில் எழுதும்படி சொன்னார். அவரும் எழுதினார். வந்திருந்த வெளிநாட்டினருக்கு அது என்ன எழுத்து என்பது தெரியவில்லை. வேத ஸ்லோகத்தைத்தான் எழுதி இருக்கிறேன் என்று அவர்களுக்கு அவர்களுடைய மொழியில் சொல்லும்படி மொழிபெயர்ப்பாளரிடம் சொன்னார். அவர்கள் அந்த எழுத்துகளைப் பார்த்தார்கள். மகா பெரியவா அந்த ஸ்லோகத்தில் இருந்த சில எழுத்துகளை, வடிவங்களை மாற்றினார். அதை பார்த்ததும் அந்த வெளிநாட்டினர் அசந்து போய்விட்டார்கள். பெரியவா சில வார்த்தைகளை மாற்றி அமைத்ததும் ஹீப்ரு நூலில் என்ன எழுதப்பட்டிருந்ததோ அந்த எழுத்துகள் வந்துவிட்டன.

வேதம் என்ன மொழியில் எழுதப்பட்டதோ அந்த வரிவடிவத்தில் இருந்துதான் ஹீப்ரு மொழி உருவாகியிருக்கிறது என்பதை இது எடுத்துக்காட்டுகிறது என்று மகா பெரியவா சொன்னார்கள். அதற்கு அந்த வெளிநாட்டினர் ஏன் ஒருவேளை ஹீப்ரு மொழியிலிருந்து சிலவற்றை மாற்றியமைத்து வேதமொழி தோன்றி இருக்கலாம் அல்லவா என்று கேட்டார்கள். நான் இந்த மாற்றங்களைச் செய்து காட்டியிருக்கிறேன். உங்களிடம் பூட்டு இருக்கிறது. எங்களிடம் பூட்டும் சாவியும் இருக்கிறது. எனவே மேன்மையும் முதன்மையும் எங்களிடம் இருக்கவே வாய்ப்பு அதிகம். அதோடு இங்கிருந்து எந்த ரிஷி இஸ்ரேலுக்குச் சென்று வேதங்களைக் கற்றுக் கொடுத்து பரப்பவும் செய்தார் என்பது பற்றிய குறிப்பும் வேதத்தில் இருக்கிறது என்று சொன்னார்.

வேதம் என்பது மிக மிகப் பழையது. ஒலியை அடிப்படையாகக் கொண்டது. ஆனால் அதுவும் சமஸ்கிருதமும் ஒன்றுதான் என்று சொல்ல முடியாது. சமஸ்கிருதம் என்பது அதைப்போல் இருக்கும் வேறொரு மொழி. சமஸ்கிருதத்தின் மீது நீங்கள் வெறுப்பு கொள்ளத் தேவையில்லை. உங்களுக்கு விருப்பமில்லை என்றால் அதை நீங்கள் கற்றுக்கொள்ளாமல் இருக்கலாம். வேதத்தின் மீது உங்களுக்கு வெறுப்பு இருக்கிறது

என்றால் அதற்காக நீங்கள் சமஸ்கிருதத்தை வெறுக்கத் தேவையில்லை. உங்களுக்கு ஒன்று தெரியுமா ஆழ்வார் பாசுரங்கள், திருக்குறள் போன்றவை எல்லாமே சமஸ்கிருதத்தில் மொழிபெயர்க்கப்பட்டுள்ளன. 'சமயே ரசிதம் சாஹ்ராமம் ஸ்யாத் பரிமணாத் ததேவ காலமேதேன மஹத் ஸ்யாத் புவனாதபி' காலத்தினால் செய்த உதவி சிறிதெனினும் ஞாலத்தின் மாணப் பெரிது என்ற குறளின் சம்ஸ்கிருத வடிவம். 'வசேவிதாய பஞ்சகம் குமானு கூர்மவர்த்ததக சமஸ்துதே மஹாபலம் ஸ்வசப்த ஜன்ம சம்பவம்' இதுவும் திருக்குறள். இதை சமஸ்கிருதத்தில் மாற்றி உத்திரபிரதேசத்தில் படித்து வருகிறார்கள்.

பாண்டே: இது எந்தக் குறள்?

துஷ்யந்த் ஸ்ரீதர்: சரியாக நினைவில்லை.

பாண்டே: அதன் சம்ஸ்கிருத அர்த்தம் சொல்லுங்கள். குறள் என்ன என்று கண்டுபிடிக்கமுடிகிறதா என்று பார்க்கிறேன்.

துஷ்யந்த் ஸ்ரீதர்: ஆமை போல் ஐந்து புலன்களை அடக்கிக்கொள்ளுவது பற்றிச் சொல்கிறது. பஞ்ச என்றால் ஐந்து. கூர்மம் என்றால் ஆமை. சப்த ஜன்ம என்றால் ஏழு ஜென்மங்கள்.

பாண்டே: ஒருமையுள் ஆமைபோல் ஐந்தடக்கல் ஆற்றின் எழுமையும் ஏமாப் புடைத்து.

துஷ்யந்த் ஸ்ரீதர்: அதேதான், அந்தக் குறளேதான். திருவாய்மொழி ஆயிரம் பாசுரங்களுக்கும் சமஸ்கிருதத்தில் ஸ்லோகங்கள் மொழிபெயர்க்கப்பட்டுள்ளன. தமிழிலிருந்து சமஸ்கிருதத்துக்கு மொழிபெயர்க்கப்பட்டு இருப்பதுபோலவே சமஸ்கிருதத்திலிருந்து வேதத்திலிருந்து அனைத்து கருத்து களையும் ஆழ்வார்கள் உள்வாங்கி தமிழில் வெளிப்படுத்தி இருக்கிறார்கள். 'அஜகா' அதாவது பிறப்பு இல்லாதவன் என்று பொருள். இறைவன் பிறப்பு இல்லாதவன். அதேநேரத்தில் நமக்காக ராமன் கிருஷ்ணன் என்று பூவுலகில் மனித அவதாரம் எடுத்து வரவும் செய்திருக்கிறார். 'அஜஹ அஜாயமானோ பஹூதா விஜாயதே'. அதாவது பிறப்பு இல்லாத இறைவன் பல படிகளாகப் பிறக்கின்றான் என்பது பொருள். இதையே ஆழ்வார்கள், 'பிறப்பில் பல பிறப்பு பெறுவான்' என்று சொல்லி இருக்கிறார்கள். உலகத்தோர் அனைவரும் தொழக்கூடிய தாமரை போன்ற கண்களை உடையவன், அனைத்துலகும்

தொழும் அரவிந்த லோசனன் என்று ஆழ்வார் சொல்கிறார். அது 'கப்யசம் புண்டரீகம் ஏவம் அக்ஷினி' என்று சாந்தோக்ய உபநிடதத்தில் சொல்லப்பட்டிருக்கிறது. 'சந்த சூர்யசௌசநேத்ரே' என்று விஷ்ணு சஹஸ்ர நாமத்தில் வரும். சூரிய சந்திரர்களைக் கண்களாகக் கொண்டவர் என்று பொருள். 'கதிர் மதியும் போல் முகத்தான்' என்று தமிழில் அதையேதான் சொல்கிறோம்.

பாண்டே: ஹிந்து மதத்தில் வழிபாடும் தெய்வமும் மிகவும் பிரதானமாக இருக்கிறது. மதங்கள் பிளவுபடுவதே கடவுளை மையமாக வைத்துத்தான். ஹிந்து மதத்தில் சைவம் வைணவம் காணபதிபத்யம் கௌமாரம் சௌரம் சாக்தம் என ஆறு பிரிவுகள் இருக்கின்றன. கடவுள்களின் எண்ணிக்கை என்று எடுத்துக் கொண்டால் முப்பத்து முக்கோடி தேவர்கள் என்று சொல்லப் படுகிறது. வருணன், சூரியன், அக்கினி, இந்திரன் என எத்தனையோ தெய்வங்கள் சொல்லப்படுகிறார்கள். ஆனால் பின்னாளில் 'ஒன்றே குலம் ஒருவனே தேவன்' என்றும் சொல்லப்படுகிறது. கிறிஸ்தவத்தில் பிதாவாகிய கர்த்தர் என்று ஒரே ஒரு கடவுள்தான் இருப்பதாகச் சொல்கிறார்கள். இஸ்லாமியர்கள் அல்லாஹ் என்ற ஒரே ஒரு கடவுள் தான் இருப்பதாகச் சொல்கிறார்கள். ஹிந்து மதத்தை எடுத்துக் கொண்டால் சுடலைமாடன், முனியாண்டி, காளியம்மாள் தொடங்கி எண்ணற்ற ஸ்வாமிகள் ஹிந்து மதத்தில் இருக்கிறார்கள். ஹிந்து மதத்தின் தத்துவத்தின்படி கடவுள் ஒருவரா பலரா? ஏக இறைவனா... ஏகப்பட்ட இறைவனா?

துஷ்யந்த் ஸ்ரீதர்: தயானந்த சரஸ்வதி அவர்கள் சொன்ன ஒரு உதாரணம் சொல்கிறேன். சற்றே எளிமையானதுதான். ஒரு இஸ்லாமியரிடம் சென்று உங்களுக்குப் பிடித்த நூல் என்று கேட்டால் அவர் குர்ஆன் என்று சொல்வார். கிறிஸ்தவரிடம் சென்று கேட்டால் பைபிள் என்று சொல்வார். ஒரு ஹிந்துவிடம் கேட்டால் 'எனது நூலகத்துக்கு உங்களை வரவேற்கிறேன்' என்று சொல்வார்.

அதுபோல் நம் தெய்வங்கள் ஏராளமாக இருக்கிறார்கள். இது பலவீனம் அல்ல; பலம். முப்பத்து மூவர் அமரர்க்கு முன்சென்று என்று ஆண்டாள் பாடுவார். துவாதச ஆதித்யர்கள் அதாவது 12 சூரியர்கள். ஏகாதச ருத்ரர்கள், அதாவது பதினோரு ருத்திரர்கள். அஷ்ட வசுக்கள் அதாவது எட்டு வசுக்கள். அஸ்வினி குமாரர்கள் 2. ஆக மொத்தம் 33. இப்போது நீங்கள் கேட்ட கேள்விக்கு

வருகிறேன். நாம் பல தெய்வங்களை வணங்கக்கூடியவர்களா ஒரே தெய்வத்தை வணங்கக்கூடியவர்களா? இது மிகவும் கவனமாகச் சொல்ல வேண்டிய பதில். ஒரே தெய்வத்தை பல ரூபங்களில் நாம் வணங்குகிறோம். நாம் உண்மையில் பல கடவுள்களை வணங்குவதில்லை. இதுதான் அதற்கான பதில்.

பாண்டே: சனாதன தர்மத்தின் புனித நூல்கள் எதிலாவது ஒரே கடவுள்தான். இவர்தான் அவர். அவர்தான் இவர் என்று சொல்லப்பட்டிருக்கிறதா?

துஷ்யந்த் ஸ்ரீதர்: தாழ் சடையும் நீள் முடியும் ஒண் மழுவும் சக்கரமும்

    சூழ் அரவும் பொன் நாணும்தோன்றுமால் -சூழும்
    திரண்டு அருவி பாயும் திருமலைமேல் எந்தைக்கு
    இரண்டு உருவும் ஒன்றாய் இசைந்து

-பேயாழ்வார் பாசுரம் இது.

பாண்டே: இதில் அவர் இரண்டு கடவுள் என்று சொல்லவில்லை; இரண்டு உருவம் இரண்டு ரூபம் என்றுதான் மிகத் தெளிவாகவே சொல்லி இருக்கிறார்.

துஷ்யந்த் ஸ்ரீதர்: ஆமாம். அந்த இரண்டு உருவமும் ஒன்று என்றும் சொல்லியிருக்கிறார். தாழ்சடை, சூழ் அரவம் என்பதெல்லாம் சிவபெருமானைக் குறிக்கிறது நீள்முடி, சக்கரம், பொன் நாண் இவையெல்லாம் பெருமாளைக் குறிக்கக்கூடியவை. இந்த இரண்டு உருவும் ஒன்றாய் இசைந்து என்று ஆழ்வார் சொல்கிறார். எளிமையாகப் புரிய வேண்டும் என்பதற்காக உதாரணம் சொல்கிறேன். ஒரு குழந்தையிடம் லட்டு கொடுத்தால் அதில் இருக்கும் திராட்சையை மட்டும் எடுத்து சாப்பிடும். இன்னொரு குழந்தை அதில் இருக்கும் கல்கண்டுகளை மட்டும் எடுத்து சாப்பிடும். இன்னொரு குழந்தை அதிலிருக்கும் முந்திரியை மட்டும் எடுத்து சாப்பிடும். அதில் ஏலக்காயும் இருக்கும். இவை எல்லாமே தனித்தனியானவை தான். ஆனால், இவையெல்லாம் சேர்ந்துதான் திருப்பதி லட்டு. வைணவ சம்பிரதாயத்தின் படி திருமாலை ஆன்மாவாகக் கொண்ட சரீரமான சிவன் என்று சொல்வார்கள். வைணவர் களிலேயே மிகச் சிறந்த வைணவர் சிவபெருமான் என்பது அவர்களுடைய நம்பிக்கை. வைணவத்தில் சிவனை எதிர்ப்பதில்லை. சிவனோடு கூடிய எம்பெருமான் என்று

திருமாலைப் போற்றுவார்கள். அதுபோல் சைவத்தில் இருப்பவர்கள், அரியும் அயனும் காணவொண்ணா அரிய ஜோதி ஆதியந்தம் இல்லா பழம நாரி, பிரம்மாவும் விஷ்ணுவும் முடியும் அடியும் காணமுடியாத ஜோதி சிவபெருமான் என்று சொல்வார்கள். ஒருவர் இன்னொருவரை எதிர்க்கவில்லை. இப்போது ஒரே கடவுளை பல ரூபங்களில் வழிபடலாமா என்ற கேள்விக்கு வருவோம்.

வேதத்தில் அல்லது உபநிடதங்களில் இறைவனைக் குறிப்பதற்காக சில சொற்கள் பயன்படுத்தப்படுவது உண்டு. 'பகவான்' என்பது முக்கியமாகப் பயன்படுத்தப்படக்கூடிய வார்த்தை. அடுத்ததாக 'பரமாத்மா' என்ற சொல் பயன்படுத்தப் படும். அடுத்ததாக 'பிரம்மம்' என்ற சொல் பயன்படுத்தப்படும். இந்த மூன்றும் மாறிமாறிப் பயன்படுத்தப்படும். இதில் பிரம்மம் என்பதை முதலில் எடுத்துக்கொள்வோம். 'பிரகத்வாச்ச பிரம்மணத்துவாச்ச' - எது மிகவும் பெரிதாக இருக்கிறதோ அதற்கு 'பிரகத்' என்று பெயர். 'பிரகத்வா' என்றால் எது தன்னை அண்டியவர்களையும் மிகப் பெரியதாக ஆகுமோ அது என்று அர்த்தம். தான் மிகப் பெரியதாக இருப்பதோடு தன்னை அண்டியவர்களையும் பெரிதாக ஆக்குவதே பிரம்மம். பிரகத் மும்பை கார்ப்பரேஷன், பிரகத் பெங்களூர் மகாநகர் பாலிகே என்றெல்லாம் இப்போது பெயர் வைத்திருக்கிறார்களே. நமது தஞ்சை கோவிலில் பிரகத் ஈஸ்வரர் எனப்படும் பிரகதீஸ்வரர் பிரதிஷ்டை செய்யப்பட்டிருக்கிறார்.

பாண்டே: சென்னையில் ப்ரகத் என்பதற்கு இணையாக 'பெரு நகர' என்று பெயர் வைத்திருக்கிறார்கள்.

துஷ்யந்த் ஸ்ரீதர்: ஆமாம். தஞ்சையில் இருக்கும் சிவபெருமானை பெரிய உடையார் என்றுதானே சொல்கிறோம். அப்படிப் பெரியவராக இருக்கக்கூடிய கடவுளுக்கு சமமாக யாராவது உண்டா? கிறிஸ்தவம், இஸ்லாம், யூதம் போன்ற மதங்களில் மிகப் பெரியவராகச் சொல்லப்படக்கூடிய கடவுளும் அவருக்கு நேர் எதிரான குணங்கள் கொண்ட சாத்தான் என்ற ஒருவரும் இருப்பதாக சொல்லி இருப்பார்கள். நமது சனாதன தர்மத்தில் அப்படி எதிர்மறையான வலிமையான சக்தி என்ற ஒன்று கிடையாது. நல்லது கெட்டது இரண்டுமே ஒரே கடவுளுக்குள் அடங்கிவிடும். எப்படி ஒரு மனிதன் செய்யும் நன்மைக்கும் தீமைக்கும் அவனை காரணமாக இருக்கிறானோ அது போன்றதுதான் இது.

பாண்டே: நமது புராணங்களில் சொல்லப்படக்கூடிய ராவணன், கம்சன் போன்றவர்களெல்லாம் அந்த தீய சக்தியின் பேருருவமாக கடவுளுக்கு இணையான வலிமை கொண்டவர்களாக இருக்கவில்லையா?

துஷ்யந்த் ஸ்ரீதர்: நிச்சயமாக இல்லை. அவர்கள் அனைவருமே இறைவனுடைய குழந்தைகள் என்பதாகத்தான் சொல்லப் பட்டிருக்கிறார்கள். ஒரு தாய் தவறான வழியில் செல்லும் தன் குழந்தையைக் கண்டித்துத் திருத்துவது போல்தான் திருமால் அவர்களைக் கையாளுகிறார். கடவுளை இவர்கள் தோற்கடித்து விட்டார்கள், கடவுள் அவரை எளிதில் வெல்ல முடியவில்லை என்பது போன்றவையெல்லாம் கதைகள், புராணங்கள் எல்லாம் சுவாரசியத்துக்கானவையே தவிர நிஜத்தில் அவர்கள் யாருமே கடவுளுடைய வலிமைக்கு நிகரானவர்கள் அல்ல. 'பரோமா யஸ்யசஹா பரமாத்மா' எவருக்கு இணையாகவோ மேலாகவோ யாருமே இல்லையோ அவரே பரமாத்மா.

பாண்டே: அதாவது ஒப்பிலி அப்பன்.

துஷ்யந்த் ஸ்ரீதர்: சரியாகச் சொன்னீர்கள். அவருக்கு ஒப்பாரும் மிக்காரும் கிடையாது. அடுத்ததாக 'பகவான்' என்ற வார்த்தை. ஞானம், பலம், ஐஸ்வர்யம், வீர்யம், சக்தி, தேஜஸ் என ஆறு குணங்கள் கொண்டவர். ஷட் குணங்கள். ஷட் என்றால் ஆறு. அதனால்தான் ஆறு முகங்கள் கொண்டவரை ஷ(ட்)ண் முகன் என்று சொல்கிறோம். ஞானம், பலம் இந்த இரண்டையும் குறிக்கக்கூடிய எழுத்து 'ப'. ஐஸ்வர்யம், வீரியம் இந்த இரண்டையும் குறிப்பது 'க'. சக்தி, தேஜஸ் இந்த இரண்டையும் குறிக்கக்கூடியது 'வ' என்ற எழுத்து. அப்படியாக இந்த ஆறு குணங்கள் கொண்டவர் பகவன். தனத்தோடு கூடியவர் தனவான். புத்தியோடு இருக்கக்கூடியவர் புத்திமான். அதுபோல் பகவ என்பதோடு கூடியிருந்தால் பகவன். உலகத்தில் இருக்கக்கூடிய நற்குணங்கள் எல்லாமே இந்த ஆறுக்குள் அடங்கிவிடும். அந்த பகவானிடம் தீய குணங்கள் ஏதேனும் உண்டா? இல்லை என்பதை வடமொழியில் நஹிம், ந என்று சொல்வோம். 'அன்' என்றால் இல்லை என்று அர்த்தம். 'ந' என்பதன் வேர்ச்சொல் அதுதான். பகவன் என்பதில் உள்ள 'ன்' என்பது ஆண்பால் விகுதி அல்ல. கெட்ட குணங்கள் இல்லாதவன் என்ற பொருளையே அது குறிக்கிறது. 'பகவ' என்றால் ஆறு அதாவது அனைத்து நற்குணங்களும் கொண்டவர். அன் என்றால் தீய குணங்கள் எதுவுமே இல்லாதவர் என்று பொருள்.

பாண்டே: பகவன் என்ற சொல்லையே வள்ளுவரும் பயன் படுத்தியிருக்கிறார். பகவான் என்று சொல்லவில்லை.

துஷ்யந்த் ஸ்ரீதர்: ஆமாம். அந்தமில் ஆதி பகவன் என்று நம்மாழ்வாரும் பாடியிருக்கிறார். அப்படியாக கடவுளுக்கு பிரம்மம், பரமாத்மா, பகவன் என பல பெயர்கள் உண்டு. தமிழில் இறைவன் என்று சொல்கிறோம். எல்லா இடங்களிலும் உறைபவன் என்று பொருள். கடவுள் என்றும் சொல்வதுண்டு. குடதிசை முடியை வைத்துக் குணதிசை பாதம் நீட்டி

வடதிசை பின்பு காட்டித் தென்திசை யிலங்கை நோக்கி
கடல்நிறக் கடவு ளெந்தை அரவணைத் துயிலு மாகண்டு
உடலெனக் குருகு மாலோ என்செய்கே னுலகத் தீரே.

என்று தொண்டரடிப் பொடியாழ்வார் பாடுவார். எவரைக் கடந்து நம்மால் செல்ல முடியாதோ அவர் நம் உள்ளே இருக்கவும் கூடியவர் கடவுள். அப்படிப்பட்ட இறைவன் பல ரூபங்களில் இருக்கிறார். இனிப்பு என்ற ஒரு சுவையானது லட்டு, ஜிலேபி, அதிரசம் என பல வகைகளில், வடிவங்களில் இருப்பதுபோல் கடவுள் என்ற ஒரே தத்துவம் பல வடிவங்களில் பிரதிநிதித்துவப் படுத்தப்பட்டிருக்கிறது.

இப்போது எதற்காக இத்தனை ரூபங்களில் இருக்கவேண்டும் என்ற கேள்வி வரும். ஒவ்வொருவருடைய குணத்தைப் பொறுத்தது. பக்குவத்தைப் பொறுத்தது. நமக்கு கார்ட்டூன் படங்களைப் பார்த்தால் அவ்வளவாகப் பிடிக்காது. ஆனால் குழந்தைகள் அதை ரசித்து பார்ப்பார்கள். நாம் பார்க்கக்கூடிய திரைப்படங்கள், சீரியல்கள், நியூஸ் இவையெல்லாம் அவர்களுக்குப் பிடிப்பதில்லை. சிலருக்கு கருப்பண்ண சாமியைப் பார்த்தால் வீரம் வரும். சிலருக்கு க்ருஷ்ணனைப் பார்த்தால் கருணை மனதில் சுரக்கும். கடவுளைப் பல ரூபங்களில் பார்ப்பதுதான் சனாதனமே தவிர பல கடவுள்களை வணங்குவது அல்ல.

பிரிட்டிஷ்காரர்கள், பிரெஞ்சுக்காரர்கள், டச்சுக்காரர்கள் எல்லாம் இந்தியாவுக்கு வந்தபோது நாம் இப்படி பல ரூபங்களில் வணங்குவதைப் பார்த்து, பல தெய்வங்களை வணங்குவதாகப் புரிந்துகொண்டுவிட்டார்கள். அது மிகவும் தவறு. நாம் பல கடவுள்களை வணங்குபவர்கள் அல்ல. ஒரே கடவுளை பல வடிவங்களில் வணங்குபவர்கள். பாலி தீஸ்ட்கள் அல்ல. பாலி வொர்ஷிப்பர் என்று சொல்லலாம். வழிபடும் ரூபமும் வழிபடும்

முறைகளும் பலவாக இருக்கலாம். ஆனால் நாம் அனைவரும் வணங்கும் தெய்வம் ஒன்றே.

பாண்டே: அதாவது தெய்வம் ஒன்று. உருவம் பல.

துஷ்யந்த் ஸ்ரீதர்: ஆமாம். இப்போது அம்பாள் வழிபாடு எடுத்துக் கொண்டீர்களென்றால், காஞ்சிபுரத்தில் காமாட்சியாக கருணை ததும்ப அருள்பாலிக்கிறாள். மதுரையில் மீனாட்சியாக அங்கையற்கண்ணியாக இருக்கிறாள். அதே தேவி திருவக்கரையில் வக்ரகாளியாக உக்ரமான ரூபத்துடன் இருக்கிறாள். திருமாலை ஸ்ரீரங்கத்தில் சென்று பார்த்தால் 'உருகுமாலோ என் செய்வேன் உலகத்தீரே' என்று பேரழகுடன் திகழ்கிறார். அதே திருமாலை அகோபிலத்துக்குச் சென்றால் உக்ர நரசிம்மராகப் பார்க்க முடியும். அப்படியாக ஒரே தெய்வம் பல குணங்கள் கொண்டவராக இருப்பதைப் பார்க்க முடியும். வேதியலில் நீங்கள் பார்த்திருப்பீர்கள் தங்கம், வெள்ளி, செம்பு என பல உலோகங்கள் இருக்கும். இவையெல்லாம் திடப் பொருட்கள். இவற்றையெல்லாம் தகடுகளாக்க முடியும். அலோகங்கள் என்றொரு பிரிவும் உண்டு. இரண்டு குணங்களும் கொண்ட உலோகப் போலிகள் என்ற ஒன்றும் உண்டு. இப்படி இவை எல்லாமே வெவ்வேறு அணு எண், எடை, குணங்கள் கொண்டவையாக இருக்கின்றன. ஆனால் இவை அனைத்தையும் நாம் மெண்டலீஃப்பின் பீரியாடிக் டேபிளில் தொகுத்து வைத்திருக்கிறோம். கரிமப் பொருள்கள் கனிமப் பொருட்கள் என்றெல்லாம் பல்வேறு பிரிவுகள் இருக்கின்றன. ஆனால் இவை அனைத்துமே ஒரே அட்டவணைக்குள் அடங்கவும் செய்கின்றன. அதுபோலவே பல்வேறு குணங்கள், பல்வேறு பெயர்கள், பல்வேறு வடிவங்கள், பல்வேறு அடையாளங்கள் இருந்தாலும் இவை அனைத்துக்கும் அந்தராத்மாவாக இருக்கக் கூடியது ஒரே பரப்பிரம்மமே, ஒரே பரமாத்மாவே, ஒரே பகவனே, ஒரே கடவுளே, ஒரே இறைவனே. அதனால் தான் நம்மாழ்வார், 'அவரவர் விதிவழி அடைய நின்றனரே' என்று சொல்லியிருக்கிறார். ஒவ்வொருவரும் எந்தெந்த ரூபத்தில் வழிபட்டாலும் அவை அனைத்துக்கும் அந்தராத்மாவாக ஒரே கடவுளே இருக்கிறார். அப்படியாக ஏக இறைவனை ஏகப்பட்ட வடிவங்களில் வணங்குவதுதான் சனாதன தர்மம்.

●

- 2 -

பிராமணர்கள் யார்?

பிராமணர்கள் மீதான விமர்சனம், வெறுப்புப் பிரசாரம் போன்றவை சமீபகாலமாக ஒரு சீசன் போல தவறாமல் வந்து போகின்றன. அப்படி வெறுப்பை உமிழ்ந்தால் தான் பகுத்தறிவு வாதி, நடுநிலையாளர், முற்போக்கானவர் என்றெல்லாம் ஒப்புக்கொள்வார்கள் என்பதுபோல் ஒரு சூழலை, நம்பிக்கையை உருவாக்கியிருக்கிறார்கள். இப்படியான வெறுப்புப் பிரசாரங்கள் தொடர்ந்து மேற்கொள்ளப்படுகின்றன. ஆனால் இது புதிதாக இன்று நேற்று உருவாக்கப்பட்டதல்ல. 1950களில் இருந்தே இந்தச் செயல்பாடுகள் தொடர்ந்து நடந்து வருகின்றன.

பிராமணர்கள் பொதுவாகவே இதுபோன்ற அவதூறு பிரசாரங்களுக்குப் பெரிதாக எந்த எதிர்வினையும் புரிவதில்லை. அவர்கள் பாட்டுக்கு அவர்கள் வேலையைச் செய்தபடி வாழ்க்கையில் முன்னேறிச்செல்கிறார்கள். எந்த ஒரு சமூகத்திலும் எந்த ஒரு காலகட்டத்திலும் யார் பலவீனமாக, சிறுபான்மையாக இருக்கிறார்களோ, யாருக்கு ஆதரவாகக் குரல் கொடுக்க யாரும் இல்லையோ அவர்கள் மீது இப்படியான விஷமப் பிரசாரங்கள் மேற்கொள்ளப்படுவது இயல்பாகி விட்டது என்ற தெளிவு பிராமணர்களுக்கு இருப்பதால் இந்த பிரசாரங்களைப் புறக்கணித்து வருகிறார்கள்.

பிராமணர்களைப் பற்றிய பார்வை எப்படியாக இருந்திருக்கிறது என்பது தொடர்பாக நாம் சற்று பின்னோக்கிப் பார்க்க

வேண்டியிருக்கிறது. பூணூல் அறுப்பது, குடுமியை அறுப்பது, நேரடியான வெளிப்படையான அவதூறுகள், தொடர்ந்து நடந்து வந்தபோதிலும் பிராமணர்கள் அவர்களுடைய புனித நூல்களில், சாஸ்திரங்களில் என்ன சொல்லியிருக்கின்றனவோ அதை அனுசரித்து மிகவும் பொறுமையாக நடந்துகொண்டு வருகிறார்கள்.

பிராமணர்கள் எப்படிப்பட்டவர்கள் என்பது பற்றி 1957-ல் 'தி ஹிந்து' பத்திரிகையில் திரு நீலகண்ட சாஸ்த்ரி ஒரு நீண்ட கட்டுரை எழுதியிருக்கிறார். அவர் ஒரு பிராமணர் என்பதால் அந்தக் கட்டுரையை எழுதவில்லை. அவர் ஒரு மிகப் பெரிய வரலாற்று ஆய்வாளர். பாண்டியர்கள், சோழர்கள் ஆகியோரின் வரலாறு தொடர்பாக நம்மிடம் இருக்கக்கூடிய ஆய்வுகள், ஆவணங்கள் எல்லாமே இவர் வித்திட்டதுதான். பழந்தமிழ் பெருமை தொடர்பான நமது சிந்தனைகள், கருத்துகள் ஆகியவற்றுக்கு அடித்தளம் அமைத்துக் கொடுத்தவர் திரு நீலகண்ட சாஸ்திரி தான். சங்ககாலப் பாண்டியர்கள் தொடங்கி 16-ஆம் நூற்றாண்டு பாண்டியர்கள் வரையிலும் அதேபோல் சோழர்கள் பற்றிய முழு வரலாறையும் கல்வெட்டுகள், செப்பேடுகள், ஓலைச்சுவடிகள் என அனைத்தையும் ஆராய்ந்து ஆவணப்படுத்தி வைத்திருக்கிறார். எனவே அவர் பிராமணர்கள் பற்றி எழுதியிருக்கும் இந்தக் கட்டுரையை அவர் பிராமணர் என்பதால் அப்படிச் சொல்லி இருக்கிறார் என்று எளிதில் புறந்தள்ளிவிட முடியாது. அது ஆதாரப்பூர்வமான மிகப் பெரிய ஆய்வு ஆவணம்.

வருவாய்த் துறையில் பணிபுரிந்த பாஸ்கர் கிருஷ்ணமூர்த்தி, ஆங்கில நாளிதழில் வெளிவந்த அந்தக் கட்டுரையை மொழிபெயர்த்து எழுதியிருக்கிறார். அந்த கட்டுரையில் திரு நீலகண்ட சாஸ்திரி தனது கருத்துகளைச் சொல்ல ஆரம்பிப்பதற்கு முன்பாக, தமிழக சட்டசபையில் நாமக்கல் திரு ராமலிங்கம் பிள்ளை தமிழகத்தில் அப்போது நிலவிய பிராமண எதிர்ப்பு பற்றி ஆற்றிய ஓர் உரை பற்றிப் பேசுகிறார். அப்படியாக அந்தக் கட்டுரை நாமக்கல் திரு ராமலிங்கம் பிள்ளை மற்றும் திரு நீலகண்ட சாஸ்திரி ஆகிய இருவரின் கூற்றுகளை உடையதாக இருக்கிறது. முதலில் நாமக்கல் திரு ராமலிங்கம் பிள்ளை ஆற்றிய உரை பற்றிய குறிப்பில் இருந்து ஆரம்பிப்போம்.

•

1967-ல் தேசிய கௌரவ மசோதா என்ற ஒன்று கொண்டு வரப்பட்டது. அது தொடர்பாக கவிஞர் நாமக்கல் இராமலிங்கம் பிள்ளை ஆற்றிய உரை பாராட்டுக்கும் வாழ்த்துக்கும் உரியதாக இருந்தது. உள்துறை அமைச்சர் பக்தவச்சலம் அவர்கள் கவிஞரின் 'ஆற்றல் மிகுந்த கன்னிப் பேச்சுக்கு வாழ்த்துகள்' தெரிவித்திருந்தார். 'அவருடைய பேச்சு கேட்டவர்களை அசைத்துப் பார்த்தது. அவருடைய சொற்கள் உணர்ச்சிகள் நிரம்பியவை. உள்ளத்தில் இருந்து வந்தவை' என்றார் அமைச்சர் பக்தவத்சலம்.

நாமக்கல் கவிஞர் பேசியது என்ன என்று பார்ப்போம்.

'இன்று நிலவும் சூழல் வருத்தம் தருகிறது. பிராமண எதிர்ப்பு, மற்றும் வடக்கு எதிர்ப்பு இயக்கம் வலிமை பெற அனுமதித்ததால் வந்தது இது. தமிழ்நாட்டை விட்டு பிராமணர்கள் வெளியேறக் கேட்கும் போராட்டம் அனுமதிக்கப்பட்டது. பிராமணர்கள் வட இந்தியாவில் இருந்து வந்தார்கள் என்று சொல்வதே தவறு. தொல்காப்பியர் கால, தொன்மையான நாட்களிலிருந்தே பிராமணர்கள் இந்த நாட்டில் இந்தப் பகுதியில் வாழ்ந்தனர் என்று வரலாறு காட்டுகிறது'.

நமக்கு கிடைத்திருக்கக்கூடிய மிகவும் தொன்மையான தமிழ் நூல் தொல்காப்பியம். 'இந்தப் பகுதி' என்று இதில் குறிப்பிடப் பட்டிருப்பது திராவிடநாடு. அதாவது தமிழகம், பாண்டிச்சேரி, கேரளா, ஆந்திரா, தெலங்கானா, கர்நாடகா என ஆறு மாநிலங்களை உள்ளடக்கிய நிலப்பரப்பு. திருக்குறள் 2000 ஆண்டுகளுக்கும் முந்தையது. தொல்காப்பியம் அதற்கும் முந்தையது. அதிலேயே பிராமணர்கள் திராவிட நாட்டைச் சேர்ந்தவர்கள் என்று குறிப்பிடப்பட்டு இருப்பதாக கவிஞர் நாமக்கல் ராமலிங்கம் பிள்ளை குறிப்பிடுகிறார்.

'பிராமணர்கள் சமஸ்கிருதம் பயில வேண்டும். ஆராய்ச்சிகள் செய்ய வேண்டும் என்று சேர சோழ பாண்டிய மன்னர்கள் விரும்பினார்கள்'.

இன்றைய நம்முடைய தமிழர்களின் பெருமை என்று சொல்லக் கூடிய சேர, சோழ, பாண்டிய மன்னர்கள் சமஸ்கிருதத்துக்கு கொடுத்த முக்கியத்துவத்தை இது எடுத்துக் காட்டுகிறது.

'தமிழ் மன்னர்களான மூவேந்தர்கள் பிராமணர்களின் நல்வாழ்வுக்கு உறுதுணையாக இருந்து பாதுகாப்பு

வழங்கினார்கள். தமிழ்நாட்டில் பிராமணர்கள் மகிழ்ச்சியுடன் வாழ்ந்தார்கள். தமிழும் சமஸ்கிருதமும் ஒரே நேரத்தில் செழித்தன. சமஸ்கிருத மொழி பத்திரமாகக் காப்பாற்றப்பட வேண்டும். தமிழ் மொழியை வளர்க்கும் ஆர்வத்தில் இந்த நாட்டின் மற்றொரு மாபெரும் மொழி மீது கண்மூடித் தனமான, வெறுப்பு, பாரபட்சம் காட்டக்கூடாது'.

இது நமது பள்ளிப் புத்தகங்களில் இன்றும் நமது குழந்தைகள் படித்துக் கொண்டிருக்கக்கூடிய புகழ் வாய்ந்த கவிஞர் நாமக்கல் ராமலிங்கம் பிள்ளை கூறிய வார்த்தைகள்.

அதை மேற்கோள்காட்டிய திரு நீலகண்ட சாஸ்திரியின் கூற்றுகளை இனி பார்ப்போம்.

'கவிஞரின் ஒவ்வொரு சொல்லும் கணிப்பும் முற்றிலும் உண்மை. இதற்கு ஆதாரமான விவரங்களைத் தருவதே இந்தக் கட்டுரையில் எனது நோக்கம். மூலம் பற்றிய கடினமான கேள்விகளின் மீது நம்மை சிரமப்படுத்திக்கொள்ள வேண்டாம். அங்கீகரித்தல் போதுமானது. நீண்ட சமூக பரிமாணத்தின் நிர்மாணிக்கப்பட்ட உண்மைகள் தெய்விக விளைவுகளாகப் பார்க்கப்படுகின்றன. நான்கு வர்ணங்களின் தேற்றம், மெய்யான பொருளீட்டின் அறிவார்ந்த வடிவம். யதார்த்த வாழ்வில் வர்ணங்கள் நான்கைத் தாண்டி ஏராளமாக இருந்தன'.

பொதுவாக நாம் பேசுவதும் கேட்பதும் என்ன? நால் வர்ணங்களைத் தோற்றுவித்தது யார்; இதைப் பரப்பியது யார்; இதை நிலைநிறுத்தியது யார் என்றுதான் நாம் கேட்டு வருகிறோம். திரு சாஸ்த்ரி என்ன சொல்கிறார் என்றால், நான்கு வர்ணங்கள் என்பவை பிறப்பின் அடிப்படையில் வரக்கூடியவை அல்ல. 400 வர்ணங்களுக்கு மேற்பட்டவை இன்றும் இருந்து வருகின்றன.

'ஆனால் சில நாட்களுக்கு முன்பு வரை வர்ணங்கள், தர்மங்கள் பற்றிய தேற்ற வடிவுகள் (Theoritical Framework) அவற்றுடைய தெய்விகத் தொடர்புகள் பொதுவாக ஒப்புக் கொள்ளப்பட்டன. ஒருவர் இதனை வேண்டாம் என்று விட்டுவிட எண்ணினால், அதற்கும் இந்த தேற்றம் அனுமதித்தது. வெளிப்படையாக இருந்தது' என்கிறார்.

அதாவது ஒருவர் நான் இந்த வர்ணத்தில் இருக்க விரும்பவில்லை என்று சொன்னால் அதற்கான அனுமதி தரப்பட்டிருந்தது. இந்த

வர்ணத்துக்குள் தான் இருந்தாக வேண்டும் என்று யாரும் யாரையும் நிர்பந்திக்கவில்லை. இந்தப் பிரிவுகள் செய்யும் தொழில் சார்ந்து குணம் சார்ந்து இருந்து வருகின்றன. ஏதேனும் ஒரு வர்ணத்தில் ஒருவர் இருக்க விரும்பாவிட்டால் அதற்கான அனுமதியும் இருந்தது. 'ஆனால், அதுவே வெறுப்புக்கான பலிபீடத்தில் அவர்களைத் தியாகம் செய்கிற தேடலாக இருக்கக்கூடாது' என்றும் சொல்கிறார்.

மேலும் வர்ணத்தின் காரணமாக ஒருவரைக் கட்டாயம் இழிவு படுத்தக் கூடாது என்று சொல்கிறார்.

'சமுதாயத்தின் அறிவு நம்பிக்கையாக பிராமண வர்க்கம் இருந்தது. மரபுவழிச் சேர்க்கைதான் இருந்தது. ஆனாலும் அதில் ஒரு நீர்ப்புத்தன்மை (நெகிழ்வுத் தன்மை) இருந்தது. இது மறைந்த பின்னரும் கூட தங்களுடைய கல்வி மற்றும் நடத்தைக்கு உண்மையாக இருந்த பிராமணர்கள் மதிக்கப் பட்டனர். அவர்கள் மட்டுமே சமுதாய ஆதரவுக்கு தகுதி உடையவர்கள் ஆயினர். கற்றுக்கொள்ளுதல், பற்றின்மை, தூய வாழ்க்கை ஆகியவை அவர்களிடம் எதிர்பார்க்கப் பட்டன. ஒவ்வொரு தலைமுறையிலும் இப்படி மிகச் சிலரே இந்த எதிர்பார்ப்புகளை நிறைவேற்றுகிற வகையில் நாடு முழுவதும் பரவியிருந்தனர்'.

அதாவது பிராமணர்களுக்கான மரியாதை அவர்களுடைய பிறப்பின் காரணமாக இருந்தது உண்மைதான். அதில் ஒரு நெகிழ்வுத்தன்மையும் இருந்தது. கல்வி, உழைப்பு, நேர்மை, நாணயம் இவற்றாலேயே அவர்களுக்கு மரியாதை தொடர்ந்து கிடைத்துவந்தது. ஞானத் தேடல், ஆய்வு, ஒழுக்கம், எளிமை ஆகிய நற்குணங்களைக் கொண்ட பலர் நாடு முழுவதும் இருந்திருக்கிறார்கள்.

'குறைவான தகுதிகளை கொண்ட பிராமணர்களாக பிறந்தவர்களும் இருந்தனர். அவர்களின் தகுதிக்கு ஏற்ப சமுதாயம் அவர்களுக்கு மதிப்பு அளித்தது. ஒரு குறிப்பிட்ட இனத்துக்கு மட்டும் ஆதரவு அளித்தவர்களாக பிராமணர்கள் இல்லை. எந்த வடிவத்தில் வந்தாலும் இந்திய சிந்தனையை வழி நடத்துகிற அறிவுசார் ஆட்சிமை இருந்தது. அவர்களின் சிந்தனை அமைப்பு முறை நாத்திகவாதிகளின் தத்துவங் களுக்கும் இடமளித்தது' என்கிறார் திரு நீலகண்ட சாஸ்த்ரி.

பிராமணர்களின் சிந்தனை முறை கடவுள் மீது மிகுந்த நம்பிக்கை கொண்டது. இறைவன், இயற்கை, நம்மை மீறிய சக்தி ஆகியவற்றின் மீது திடமான நம்பிக்கை கொண்டிருந்தார்கள். அதே நேரத்தில் 'கடவுள் இல்லை' என்று சொல்லக்கூடிய நாத்திக சிந்தனைகளையும் நாத்திகவாதிகளையும் புரிந்து ஏற்றுக்கொள்ளக்கூடிய பக்குவம் பிராமணர்களிடையே இருந்தது.

'பிராமணர்களின் அறிவு மேன்மை பொதுவான ஒப்புதலுக்கு ஏற்றதாக, உண்மையானதாக இருந்தது. அரசியலில் அரசர்களாக அல்லாது அமைச்சர்களாகக் கோலோச்சுகிற நல்லறிவு இருந்தது. அவர்களிடையே அதிகார வரிசை இல்லை. ஒற்றைத் தலைமை ஒரு போப் இல்லை. ஆக்கப் பூர்வமான அறிவைத் தங்களுடைய களமாகக் கொண்டனர். அதே சமயம் அறிவை எளிமைப்படுத்தினர். கதைகள், கற்பனைகள், புராணங்கள், காவியங்களின் வழியே தேசத்தில் பொதுவான பண்பாட்டை ஒன்றிணைக்க முயன்றனர். பிராமணர்களில் மிக உயர்ந்தவர்கள், ஆன்மிக மேன்மை, பிற உலகங்களுடன் தொடர்பு, ரகசியம், பொதுவான நன்மைக்கான பக்தி, தன்னலம் இன்மை கொண்டு இருந்தனர்.... பிறப்பும் தலைமுடியும் (குடுமி) உண்மையான பிராமணரை உருவாக்காது. அது தலையில் முடி இல்லாதவர் எல்லாம் புத்த பிட்சு என்பதுபோல் ஆகிவிடும்.'

எவ்வளவு அருமையான உவமை பாருங்கள்.

'யார் உலகைத் துறந்தாரோ சிந்தனை, சொல், செயலில் தூய்மை கொண்டாரோ எல்லா நிலையிலும் தர்மத்தைப் பின்பற்றுகிராரோ அறிவில் தன்னை முழுமையாக்கிக் கொள்கிராரோ அவரே உண்மையான பிராமணர். சந்தேகமே இல்லை. பல போலிகள் உருவாகினர். ஆனாலும் கடந்த நூற்றாண்டுகளின் ஆவணங்களின்படி தம் மீது வைக்கப்பட்ட நம்பிக்கைகளுக்கு முற்றிலும் ஏற்றபடி பிராமண சமுதாயம் நடந்துகொண்டது. சமயம், தத்துவத்தில் மட்டுமல்ல யுத்தம், சமாதானம், சமயச் சார்பற்ற அறிவு ஆகியவற்றிலும் சமூகத்துக்கு உண்மையாகப் பணியாற்றினர்.

ஜெரால் ஹேர்ட் போன்ற நவீன சிந்தனையாளர்கள் ஹிந்து சமுதாயத்தில் பிராமணர்களின் கலாசாரப் பங்கினை வியந்து பார்க்கின்றனர். மேற்கு கலாசாரம் மற்றும் தொழில்நுட்பம்

ஏற்படுத்திவிட்ட மனிதாபிமானமற்ற தன்மையில் இருந்து விடுபட நியோ பிராமணர்கள் வேண்டும் என்றும் அழைப்பு விடுக்கிறார்கள்.

இந்தியாவின் பிற பகுதிகளைப் போலவே தமிழ் நாட்டிலும் பண்பாடு, நாகரிகத்தின் தோற்றம் மற்றும் வளர்ச்சியில் பிராமணர்களின் பங்கு முக்கியமானது. நாட்டியம் ஆடும் சிவனிடம் இருந்து அகஸ்தியர் தமிழ் மொழியைப் பெற்றார். அவரால் இலக்கண சுத்தியுடன் தமிழ் இனத்துக்கு அம்மொழி பரப்பட்டது என்று நம்பப்படுகிறது'.

தமிழ் தேசியம் பேசுபவர்கள் கவனத்தில்கொள்ளவேண்டிய விஷயம் இது. அவர்கள் முற்றாகப் புறக்கணிக்கும் விஷயமும் இதுவே.

'தமிழ் பௌத்தர்கள் சிவனின் இடத்தை அவலோகிதீஸ்வரருக்குத் தந்தார்கள். ஆனாலும் அகத்தியர் வசிப்பிடமான பொதிகை மலையில்தான் தமிழ் பிறந்தது என்று ஒப்புக்கொள்கிறார்கள். தொன்மையான இலக்கண நூல் வழங்கிய தொல்காப்பியர் அகத்தியரின் மாணவர் என்று நம்பப்படுகிறது'.

இந்த இடத்தில் நாம் கவனத்தில்கொள்ளவேண்டிய ஒரு விஷயம் என்னவென்றால் வள்ளுவர்... அவருக்கு முன்பாக தொல்காப்பியர்; அவரின் ஆசிரியர் அகத்தியர். அவரோ சிவனிடமிருந்து தமிழைப் பெற்றிருக்கிறார்.

'அந்த தொல்காப்பியர் பிராமணர்களின் வம்சமான உசானஸ் எனப்படும் கவி வம்சத்தைச் சேர்ந்தவரே. தமிழ் இலக்கியத்தின் ஆதியான சங்க இலக்கியத்தில் ஏராளமான சம்ஸ்கிருதச் சொற்கள், பாவங்கள் உள்ளன. மற்றும் சம்ஸ்கிருத மூலத்தில் இருந்து எடுக்கப்பட்ட கற்பனைகள், சம்பவங்கள், பாத்திரங்கள் உள்ளன. தமிழ் மாவட்ட மலைகளில், குகைகளில் செதுக்கப்பட்ட சொற்களில் 'குடும்பகா' போன்ற தூய சம்ஸ்கிருதச் சொற்கள் காணப்படுகின்றன. கிறிஸ்தவ சகாப்தத்துக்கு முன்னதாகவே வடக்கு, தெற்கு கலாசாரங்களுக்கு இடையே தமிழ், சம்ஸ்கிருத கலப்பு இருந்தது.

எட்டுத் தொகையில் (சங்க இலக்கிய) தொடக்கப் பாடல் இயற்றிய பெருந்தேவனார், பாரதம் பாடியவர். சின்னமூரில்

உள்ள செப்பேடுகள் மகாபாரதக் கதையின் தமிழாக்கத்தை பாண்டவர்களின் சாதனை என்கின்றன. முந்தைய பாண்டிய மன்னன் பெருவழுதி வேத வேள்விகள் செய்தார். அதற்காகவே புகழ்பெற்று அறியப்பட்டார். இதன் மூலம் கற்றறிந்த பிராமணர்கள் அப்போதே மிகுந்த மரியாதையுடன் இருந்தனர் என்பது தெளிவாகிறது. உண்மையில் புறநானூற்றுப் பாடல் ஒன்று (எண் 166) ஒரு கற்றறிந்த நல்ல பிராமணரின் அன்றாட வாழ்க்கையைப் பற்றிச் சொல்கிறது. இதை எழுதியவர் ஆவூர் மூலங்கிழார்.'

இவர் பிராமணர் அல்ல. கபிலர், உருத்திரங்கண்ணனார் போன்ற பிராமண கவிஞர்கள் சங்க காலத்தில் இருந்துள்ளனர்.

ராமர் வட இந்தியக் கடவுள் என்று இப்போது சிலர் பேசுவதைக் கேட்டிருப்பீர்கள். அதற்கான பதிலை அன்றே சொல்லி இருக்கிறார் சாஸ்த்ரியார்.

'ராமனின் கதை ஏற்கெனவே பழங்காலத் தமிழகத்தில் பிரபலமாக இருந்தது. சோழ மன்னர் தனக்கு அளித்த ஆதரவு பற்றி ஒரு புலவர் ராமாயண உதாரணத்தைச் சொல்லி விளக்குகிறார்: 'எங்களது தகுதிக்கு ஒவ்வாத விலை உயர்ந்த ஆபரணங்களை எங்களுக்கு அளித்தான். வறுமையில் உழன்ற எங்கள் மக்கள் கைகளில் அணிய வேண்டியவற்றை காதுகளில் அணிந்தனர். இடுப்பில் அணிய வேண்டியவற்றை கழுத்தில் அணிந்தனர். கழுத்துக்கானதை இடுப்பில் அணிந்தனர். சீதையை ராவணன் கடத்திச் சென்றபோது கீழே விழுந்த நகைகளை சிவப்பு முக வானரங்கள் (தாறுமாறாக) அணிந்து கொண்டதைப் போல் அது நகைச்சுவையாக இருந்தது'.

ராமாயண கதையானது சோழர் காலத்தில் மேற்கோள் காட்டப்படும் வகையில் இருந்திருக்கிறது என்று சொன்னால் அதில் இருந்து நமக்கு என்ன தெரியவருகிறது. எப்போது ஒரு விஷயம் எல்லோருக்கும் தெரிந்ததாக இருக்கிறதோ அப்போதுதான் அதை உவமித்து மேற்கோளாகக் காட்டுவோம். அப்படிப் பார்த்தால் அந்த ஆதி சோழர் காலத்தில் ராமாயணம் தமிழகத்தில் நன்கு பரவியிருந்திருக்கவேண்டும். அனைவருக்கும் தெரிந்ததாக இருந்திருக்கவேண்டும் என்று நீலகண்ட சாஸ்த்ரி சுட்டிக்காட்டுகிறார்.

'இந்தோனேஷியா மற்றும் இந்தியா சீனா நிலப்பகுதிகளில் இந்திய ஆரியப் பண்பாடு விரிவடைந்ததில் பிராமணர்களின் பங்களிப்பை நன்றாக சான்றளிக்க முடியும். அந்த நாடுகளில் சமஸ்கிருதத்தில் பொறிக்கப்பட்டுள்ள தென் இந்திய பல்லவ கிரந்த எழுத்துகள் பிராமணர்கள் இங்கிருந்து புலம் பெயர்ந்ததைக் காட்டுகின்றன. அவர்களின் வேத வேள்விக்காக போர்னியோ உள்ளிட்ட மன்னர்கள் அவர்களைப் பிரத்யேகமாக அழைத்துச் சென்றார்கள். இந்தப் பகுதிகளில் எல்லாம் (அதாவது சைனா, இந்தோனேஷியா போன்ற இடங்களில் எல்லாம்) இன்றும் கூட ராமாயணம், மஹாபாரதம் தான் இசை, நாட்டிய, நாடகங்களின் கருத்துருவாக இருக்கின்றன.

நிலம் வழங்கியது, பிராமணர்களின் பயன்பாட்டுக்கு மன்னர்கள் வழங்கிய நிதிகள் பற்றிய கல்வெட்டுகள் பிராமணர்கள் எந்த அளவுக்கு அவர்களின் கற்றலைப் பரப்புதல், நேர்மை, கட்டுப்பாடு, சமூக ஒற்றுமை ஆகியவற்றுக்காக மதிக்கப்பட்டனர் என்பதைக் காட்டுகின்றன'.

இவற்றுக்கெல்லாம் ஏராளமான கல்வெட்டு ஆதாரங்கள் உள்ளன.

'பௌத்தம், சமணம் ஆகியவற்றுக்கு விடையாக தென் இந்தியாவில் ஆறாம் நூற்றாண்டில் ஹிந்து மறுமலர்ச்சி ஏற்பட்டது. இது தமிழின் மிக உயர்ந்த பக்தி இலக்கியம் மற்றும் தத்துவார்த்த சிந்தனைக்கு வழி வகுத்தது. 63 நாயன்மார்கள், 12 ஆழ்வார்கள், எண்ணற்ற ஆசான்கள், வழிகாட்டிகள் உருவாக தமிழ் இனத்தில் புத்துணர்வு தோன்றியது. இந்தத் துறவிகள், ஞானிகள், சிந்தனை யாளர்கள், தத்துவவாதிகள் வரிசையில் பிராமணர்களுக்கும் ஓர் இடம் இருந்தது'.

இதை நீங்கள் கவனமாகப் புரிந்துகொள்ளவேண்டும். பிராமணர்கள் மட்டுமே இவர்களில் இருந்தார்கள் என்று சொல்லவில்லை. இந்த போற்றத்தக்கவர்களின் வரிசையில் பிராமணர்களும் இருந்தார்கள். பட்டியல் ஜாதியினர் உட்பட அனைத்து ஜாதியினரும் இருந்தார்கள் என்பதைத்தான் சொல்லிக் காட்டுகிறார்.

'சமயச் சார்பற்ற தேடல்களும் பிராமணர்களுக்கு இருந்தன'.

அதாவது சைவம், வைணவம், கௌமாரம், காணபத்யம், சாக்தம், சௌரம் என மத வழி பாடு சார்ந்த விஷயங்கள் அல்லாமல் பிறவற்றிலும் பிராமணர்கள் தேடலில், கற்றலில் ஈடுபட்டிருந்தனர் என்கிறார் சாஸ்திரி.

'தென் இந்திய பிராமணர்கள் பற்றி 13ம் நூற்றாண்டில் மார்க்கோபோலோ இவ்வாறு கூறுகிறார்: இந்த பிராமணர்கள் உலகின் ஆகச் சிறந்த மனிதர்கள். எதற்காகவும் பொய் சொல்லமாட்டார்கள். இறைச்சி சாப்பிடுவது இல்லை. மது அருந்துவது இல்லை. அற வாழ்க்கை வாழ்கிறார்கள். தனது மனைவியன்றி வேறு மாதுடன் உறவுகொள்வது இல்லை. பிறர் பொருளைத் தொடுவதுகூட இல்லை.

இதன் பிறகு மூன்று ஆண்டுகள் கழித்து போர்ச்சுக்கீசிய மாந்திரிகர் வான் வின்ஸ்சோடன் பதிவு செய்கிறார்: இந்திய வம்சாவழிகளில் பிராமணர்கள் ஆகச் சிறந்த நேர்மையாளர்கள். மிகுந்த மதிப்புக்கு உரியவர்கள். மன்னர்களுக்கு மிகுந்த முக்கியத்துவம் வாய்ந்த பணிகளில் உறுதுணையாக இருக்கிறார்கள். இந்திய மக்கள் மத்தியில் நிபுணத்துவம் பெற்றவர்களாக இருப்பதால் அவர்களின் அறிவுரை, ஒப்புதல் இல்லாமல் அரசர்கள் எதுவும் செய்வதில்லை.

இந்த வழக்கத்தை நியாயப்படுத்தி மிகப் பெரிய சாம்ராஜ்ஜியத்தை நிறுவிய கிருஷ்ண தேவராயர் எழுதுகிறார்: ஆபத்துக் காலங்களில்கூட பிராமணர்கள் தமது கடமையில் உறுதியாக நிற்பார் என்பதால் ஒரு மன்னர், தனது அலுவலகர்களாக பிராமணர்களைக் கொண்டிருத்தல் நல்லது. தனது கோட்டையின் பொறுப்பாளனாக பிராமணர்களை நியமிக்கிற அரசன் தனது நெஞ்சில் கையை வைத்தபடி நிம்மதியாகத் தூங்கலாம். அவர்கள் கலை, அரசியலில் விற்பன்னர்கள். தர்மத்தைப் பின்பற்றுபவர்கள். மன்னனும் மக்களும் நன்றாக இருக்கவேண்டுமென்று எண்ணுபவர்கள். எதிரிகளுக்கு மட்டுமே தொல்லை தருபவர்கள்.'

மார்க்கோபோலோ, போர்ச்சுக்கீசிய பயணி, கிருஷ்ண தேவராயர் போன்றவர்கள் பிராமணர்கள் அல்ல என்பதை நாம் கவனத்தில் கொள்ளவேண்டும்.

'தென்னிந்தியாவிலும் பிற பகுதிகளிலும் பிராமணர்கள் வாழ்ந்த வாழ்க்கை, ஆற்றிய பணிகள் எல்லாம் பெருமைப் படத்தக்கன. தங்களுடைய கடந்த காலம் பற்றி அவர்கள் கவலைப்படவோ குற்ற உணர்வுடன் பார்க்கவோ தேவையே இல்லை. சிந்தனைகளின் சூழலில் நிகழ்காலம் கடந்த காலத்தில் இருந்து மிகவும் மாறுபட்டது. வாழ்க்கை மாறக் கூடியது. மேலை நாடுகளின் அறிவியல் தொழில்நுட்பத் தாக்கத்தினால் நவீன வாழ்க்கை விரைந்த மாற்றங்களைக் கொண்டுவந்துள்ளன. பழைய சமூக நிர்வாகம் தனி நபர்களைவிடவும் குழுக்களைக் கொண்டு இயங்கியது. குவிந்து கிடந்த சமூக ஒற்றுமை இப்போது புதிய சக்திகளுக்கு இடம் கொடுத்திருக்கிறது. ஆனால், இதற்கான புதிய வழிமுறை/செயல்முறை நம்மிடம் இல்லை. இந்த மாற்றத்தினால் விளைந்த இடர்கள் உளைச்சல்களை, பொறுமை, சகிப்புத் தன்மைக்கான தேவை அறிந்த சிந்தனைத் செயல்திறன் கொண்ட தலைவர்களால் மட்டுமே முற்றிலுமாகத் தவிர்க்கமுடியும்.

இத்தகைய குணங்கள் காலம் காலமாக இந்திய நாகரிகத்தில் மிகுந்து உள்ளன. சிறப்பு வாய்ந்த கடந்த காலத்தில் இத்தகைய தலைமையை பிராமணர்கள் சாத்தியமாக்கி உள்ளனர். எந்த சமயத்திலும் எந்தப் பகுதியிலும் மற்றவர்களைவிட எண்ணிக்கையில் கூடுதலாக பிராமணர்கள் இருந்ததே இல்லை. எப்போதுமே சிறுபான்மையினராக மட்டுமே அவர்கள் இருந்துள்ளனர். அவர்களின் குணம், கடமை, பிறரின் அங்கீகாரம் இவற்றில்தான் அவர்களின் தலைமை அடங்கி இருக்கிறது. இன்றும் கூடத் தவறாக வழிநடத்தப் படுகிற சிலரின் கடுமையான தாக்குதலுக்கு அவர்கள் அதிகம் அஞ்சவில்லை. காரணம் கவிஞர் நாமக்கல் ராமலிங்கம் பிள்ளை போன்ற தலைவர்களின் குரலுக்கு இந்த சமுதாயம் கட்டுப்படும் என்று அவர்கள் நம்புகிறார்கள்.'

இப்படியாக அந்தக் கட்டுரை முடிவடைகிறது.

பிராமணர்களின் குணம், இயல்பு, படிப்பு, சமூகத்தில் அவர்களுக்கு இருந்த அங்கீகாரம் இவையெல்லாம் இதில் இருந்து தெரியவருகிறது. எப்போதும் அவர்கள் கல்வி கற்பதில் ஆர்வம் கொண்டவர்களாகவே இருக்கிறார்கள். அந்த அறிவுத் தேடல் இறை நம்பிக்கையைத் தாண்டிச் செல்லுமானால்

அதையும் புரிந்துகொண்டு ஏற்றுக்கொண்டிருக்கிறார்கள். மற்றவர்களின் உணர்வுகளை, மற்ற மனிதர்களை மதிப்பவர்களாக இருந்திருக்கிறார்கள். தேசத்துக்கும் அரசுக்கும் சமுதாயத்துக்கும் நன்மையை விளைவிப்பவர்களாக விசுவாச மானவர்களாக இருந்திருக்கிறார்கள். தாம் மட்டுமல்ல இந்த ஒட்டு மொத்த சமூகமும் உலகமும் நலமாக இருக்கவேண்டும். 'சர்வே ஜனா சுகினோ பவந்து' எல்லா மனிதர்களும் சந்தோஷமாக இருக்கவேண்டும் என்று நினைத்திருக்கிறார்கள் என்பதைப் பல சான்றுகளின் மூலம் நீல கண்ட சாஸ்த்ரியார் முன்வைத்திருக்கிறார். 'கே நீலகண்ட சாஸ்திரிஸ் ரைட்டிங்ஸ் ஆன் த ஹிந்து' என்ற புத்தகத்தில் இந்தக் கட்டுரை இருக்கிறது. படித்துப் பாருங்கள்.

•

- 3 -

திருவள்ளுவர்

தமிழக பாஜக தகவல் தொழில் நுட்பப் பிரிவைச் சேர்ந்தவர்கள் சமீபத்தில் திருநீறு பூசி, காவி உடை உடுத்திய திருவள்ளுவரின் புகைப்படம் ஒன்றை வெளியிட்டு ஒரு செய்தி வெளியிட்டிருந் தார்கள். எதிர்க்கட்சித் தலைவர் ஸ்டாலின் அதைப் பார்த்துவிட்டு வள்ளுவருக்குக் காவிச் சாயம் பூசக்கூடாது. அந்தச் சாயம் எளிதில் வெளுத்துவிடும் என்றெல்லாம் தனது விமர்சனத்தை முன்வைத்திருந்தார். அதைத் தொடர்ந்து திருவள்ளுவர், திருக்குறள் பற்றி தமிழகத்தில் வாத, பிரதிவாதங்கள் வெகு மும்மரமாக நல்லவிதமாக முன்னெடுக்கப்பட்டன. தேசிய அளவில் அது பேசுபொருளாக ஆனது. 'திருவள்ளுவரை அவமதித்த பாஜக' என்ற பெயரில் ட்விட்டரில் ட்ரெண்டிங்கும் நடந்தது.

உண்மையில் திமுக அவர்களுடைய அரசியல் சார்ந்து இந்த புகைப்படத்தைக் கண்டுகொள்ளாமல் விட்டிருக்கவேண்டும் என்றுதான் எடுத்த எடுப்பில் எனக்குத் தோன்றுகிறது. தமிழகத்தில் பாஜகவைவிட திமுகதான் பெரிய கட்சி. அவர்கள் அதைப் பெரிய விஷயமாக எடுத்துக்கொண்டு பேசியதால்தான் இந்த விஷயமே வெளியில் தெரியவந்தது. அப்படியாக சிறிய கட்சியான பாஜகவுக்கு பெரும் விளம்பரம் தேடிக் கொடுக்கும் வேலையைத்தான் திமுக இது மாதிரியான செயல்களினால் செய்துவருகிறது.

'குரானா குறளா' என்று முன்பு ஒரு புத்தகம் வெளிவந்தது. அதுபற்றி யாருக்குமே எதுவும் தெரியாது. அந்தப் புத்தகம் வந்ததும் தெரியாது ஓரமாக இருந்துகொண்டிருப்பதும் தெரியாது. பெரிய நபர்கள் அவற்றைப் பற்றிப் பேசும்போதுதான் அதையொட்டி அந்த விஷயங்கள் மீது மக்களின் கவனம் குவிகிறது. இந்த சம்பவத்தில் பாஜகவினர் விரித்த வலையில் திமுக சிக்கிவிட்டதோ என்று ஒரு சந்தேகமே வருகிறது.

சரி... இந்த அரசியல் விஷயத்தை இதோடு விட்டுவிட்டு திருவள்ளுவரின் மதம் என்ன என்ற முக்கியமான விஷயத்தைப் பற்றிப் பார்ப்போம். திருவள்ளுவரைப் பற்றி நமக்குக் கிடைத்திருக்கும் தகவல்கள் எதுவுமே மாற்றுக் கருத்துக்கு இடம் தராத அளவுக்கு ஆணித்தரமான, வரலாற்று உண்மையாக இல்லை. அவருடைய இயற்பெயரே வள்ளுவர்தானா என்பது தொடங்கி அவர் பிறந்த ஊர், பிறந்த ஆண்டு, அவர் எந்த சமூகத்தைச் சேர்ந்தவர் என அனைத்துமே சந்தேகத்துக்கும் கேள்விக்கும் உரியவையாகவே இருக்கின்றன. அவரைப் பற்றிய விஷயங்கள் எல்லாமே யூகங்களாகவே இருக்கின்றன.

இயேசு எங்கு பிறந்தார், என்ன செய்தார் என்பது தொடர்பான ஆதாரங்கள் இருக்கின்றன. ராமர், கிருஷ்ணர் எங்கு பிறந்தனர், எங்கு வாழ்ந்தனர் என்பது தொடர்பான ஆதாரங்களும் இருக்கின்றன. ஆனால், திருவள்ளுவரைப் பற்றிய தகவல்கள் எதுவுமே அழுத்தமானவையாக இல்லை. தமிழ் அறிஞர்கள், ஆய்வாளர்கள், வரலாற்றாசிரியர்கள் எல்லாரும் பலவிதமான ஆராய்ச்சிகள் செய்து, திருவள்ளுவருடைய காலகட்டம் சுமார் 2000 ஆண்டுகளுக்கு முன்னதாக இருக்கலாம் என்று உத்தேசமாக மதிப்பிட்டிருக்கிறார்கள்.

இந்தக் கணிப்பைப் பெரிதாக யாரும் மறுக்கவும் இல்லை. கிட்டத்தட்ட இயேசு நாதருக்கு சற்று முந்தைய காலத்தைச் சேர்ந்தவர் என்று பரவலாக அனைவரும் ஏற்றுக்கொண்டிருக் கிறார்கள். இவ்வளவு மகத்தான ஞானி தமிழகத்தில் இருந்திருக்கிறார். அவருடைய சொற் சுருக்கமும் அர்த்த விரிவும் வீச்சும் சிந்தனைத் தெளிவும் விசாலமான பார்வையும் ஒழுக்கத்தின் உச்சமும் என அனைத்துமே மலைக்க வைக்கக் கூடியவை. அப்படியான ஒருவர் இங்கு இருந்திருக்கிறார் என்றால் அவர் வாழ்ந்த சமூகம் எப்படியான உன்னதமான ஒன்றாக இருந்திருக்கவேண்டும் என்றும் நாம் புரிந்துகொள்ள முடியும்.

இப்போது அவருடைய மதம் என்ன என்று பார்ப்போம். திருவள்ளுவர் இயற்றியிருக்கும் திருக்குறளில் சொல்லப் பட்டிருக்கும் கருத்துகளின் அடிப்படையில் அவரை ஹிந்து என்றும் சமணர் என்றும் சொல்வது முன்பே நடைமுறையில் இருந்துவந்துள்ளது. அதைப் பற்றி விரிவாகப் பார்ப்போம்.

சமண மதம் படைத்தல், காத்தல், அழித்தல் என்ற செயல் பாடுகளுக்கு மூன்று கடவுள்கள் என்ற பார்வையை ஏற்றுக் கொள்ளவில்லை. அவர்களுடைய பார்வையில் இந்த 'உலகம் ஏற்கெனவே இருந்தது. இப்போதும் இருக்கிறது. இனியும் இருக்கும்' என்று மட்டுமே சொல்கிறது. ஆனால் திருவள்ளுவரோ உலகியற்றியான் அதாவது உலகத்தைப் படைத்த இறைவன் என்றொரு வார்த்தையை, கோட்பாட்டை முன்வைக்கிறார்.

இரந்தும் உயிர் வாழ்தல்வேண்டின் பரந்து
கெடுக உலகியற்றி யான் (குறள் - 1062)

பிச்சை எடுத்துத்தான் வாழந்தாக வேண்டும் என்று ஒருவருக்கு விதி இருக்குமானால் அதை வகுத்தவன் (உலகைப் படைத்தவன்) நாசமாகப் போகட்டும் என்று சபிக்கிறார். தனியொருவருக்கு உணவில்லையெனில் ஜகத்தினை அழித்திடுவோம் என்று பாரதி சொல்வாரே அதுபோன்ற ஒரு அறச்சீற்றம். பாரதி சொன்னதை 2000 ஆண்டுகளுக்கு முன்பாகவே வள்ளுவர் சொல்லியிருக்கிறார். பாரதி உலகம் அழியட்டும் என்கிறார். வள்ளுவரோ உலகைப் படைத்தவர் அழியட்டும் என்கிறார்.

இங்கு நாம் பார்க்க வேண்டிய விஷயம் என்னவென்றால், உலகைப் படைத்த கடவுள் என்ற கோட்பாட்டை சமணம் ஏற்றுக்கொள்கிறதா? எனக்கு சமணத் தத்துவம், மதம் பற்றி ஆழமாக எதுவும் தெரியாது. ஆனால், படைத்தல், காத்தல், அழித்தல் என்ற மூன்று பெரும் பணிகளைச் செய்யும் மூவகைக் கடவுள்கள் என்ற கோட்பாடு சமணத்தில் இல்லை என்றே நினைக்கிறேன். அப்படியானால் உலகைப் படைத்தவர் என்ற வரியை எழுதிய வள்ளுவர் சமணராக இருக்கமுடியுமா?

அதுபோல் புத்தரும் கடவுளைப் பற்றி எங்குமே பேசவில்லை. ஆனால் திருக்குறளோ கடவுள் பற்றி நிறைய இடங்களில் குறிப்பிட்டிருக்கிறது.

பிறவிப் பெருங்கடல் நீந்துவர் நீந்தார்
இறைவனடி சேரா தார். *(குறள் - 10)*

இறைவன் என்ற வார்த்தைக்கு மன்னர் என்று கூட அர்த்தம் உண்டு. இது திருக்குறளின் கடவுள் வாழ்த்து பகுதியில் இருக்கிறது. எனவே கடவுளைத்தான் குறிக்கிறது என்று நான் சொல்லமாட்டேன். ஏனென்றால் வள்ளுவர் அறம், பொருள் இன்பம் என்று பிரித்து ஒவ்வொரு அத்தியாயத்துக்கும் பத்து பாட்டு என்று எதுவும் திட்டமிட்டெல்லாம் எழுதியிருக்க வில்லை. இந்தப் பகுப்பெல்லாம் வள்ளுவருடைய காலத்துக்குப் பின்னர் உரையாசிரியர்கள், தொகுப்பாளர்கள் உருவாக்கிய பிரிவுகள். அநேகமாக, பரிமேலழகர்தான் இப்படியான வகைப்பாட்டைச் செய்திருப்பார் என்று நினைக்கிறேன்.

எனவே கடவுள் வாழ்த்துப் பகுதியில் இந்தக் குறள் இருப்பதால் வள்ளுவர் கடவுளைப் பற்றித்தான் எழுதியிருப்பார் என்று சொல்ல விரும்பவில்லை. ஆனால், அந்தக் குறளில் இன்னொரு முக்கியமான வார்த்தை வருகிறது. இறைவனுடைய அடி அதாவது பாதங்கள். அதைச் சென்று சேர்வது பற்றிப் பேசப்படுகிறது. பாத கமலம், காலில் விழுந்து வணங்குதல், சரணடைதல் இவையெல்லாம் ஹிந்து மதத்தில் மட்டுமே உள்ள விஷயங்கள். கடவுளின் பாதங்களை மிக உயர்வாகச் சொல்வதென்பது ஹிந்து மதத்தின் தனியான கோட்பாடு. எனவே இங்கு சொல்லப்படும் இறைவன் மன்னராக இருக்கமுடியாது.

அடுத்ததாக, திருக்குறளில் பல முக்கியமான வார்த்தைகள் இருக்கின்றன. இந்திரன், இந்திரவிழா, தேவர்கள், யமன், ஸ்ரீதேவி, அவருடைய சகோதரி, தாமரையினாள், தாமரைக் கண்ணான், எண் குணத்தான், அடி அளந்தான், விதி, திதி, முன் ஜென்மம், மறு பிறவி, ஏழு ஜென்மங்கள், தவம், பூஜை, வேள்வி, அந்தணன், முன்னோர், சொர்க்கம், பிறவாமை, நிலையாமை, பூஜை இத்தனை விஷயங்களை வள்ளுவர் குறிப்பிட்டிருக்கிறார். இவற்றுக்கான நேரடியான பொருளை யாராலும் மறுக்கவே முடியாது.

திமுகவின் தலைவரான திரு கருணாநிதி எழுதிய திருக்குறள் உரையிலும் இந்த வார்த்தைகளைப் பொது வழக்கில் என்ன அர்த்தத்தில் சொல்லப்படுகிறதோ அப்படியாக மட்டுமே குறிப்பிடவும் செய்திருக்கிறார். ஏனென்றால் அவற்றுக்கு அப்படியான அர்த்தம் மட்டுமே உண்டு.

ஸ்ரீதேவி என்றால் மஹா லக்ஷ்மிதான். அடி அளந்தான் என்றால் சோமனர்தான். மறு பிறவி என்றால் இறந்த பின் ஆன்மா இன்னொரு உடம்பை எடுத்துக்கொண்டு பயணத்தைத் தொடரும் என்ற நம்பிக்கையை அடிப்படையாகக் கொண்டது தான். அப்படியாக வள்ளுவர் குறிப்பிட்டிருக்கும் இந்த அத்தனை விஷயங்களும் ஹிந்து மதத்தில் உள்ள விஷயங்கள். இவற்றில் ஒரு சில மட்டுமே சமணத்தில் உண்டு. மற்றபடி எல்லாமே ஹிந்துமதத்தின் கோட்பாடுகளில் உள்ளவையே.

> சிறப்பொடு பூசனை செல்லாது வானம்
> வறக்குமேல் வானோர்க்கும் ஈண்டு *(குறள் - 18)*

மழை பொய்த்துப் போனால் பூமியில் இருக்கும் நமக்கு துன்பங்கள் வருவது ஒருபக்கம் இருக்கட்டும். வானத்தில் இருக்கும் தெய்வங்களுக்கும் பூஜைகள் கிடைக்காமல் போய்விடும் என்கிறார். பூஜை, வானவர்கள், வானவர்களுக்கும் மழைக்குமான தொடர்பு இவையெல்லாமே ஹிந்து மத விஷயங்களே.

> ஐந்தவித்தான் ஆற்றல் அகல்விசும்பு ளார்கோமான்
> இந்திரனே சாலுங் கரி *(குறள் - 25)*

இந்தக் குறள் இந்திரனைப் பற்றிப் பேசுகிறது. அதாவது இந்திரன் என்று தனியாகச் சொல்லவில்லை. அப்படிச் சொல்லியிருந்தால் மனிதர்களில் சிறந்த, உயர்ந்த என்ற அர்த்தத்தில் வேறு யாரையோ சொன்னதாகக்கூட எடுத்துக்கொள்ளமுடியும். ஆனால், 'விசும்புளார் கோமான்' அதாவது வானத்து தேவர்களின் தலைவர் என்று இந்திரனைச் சொல்கிறார் திருவள்ளுவர்.

திரு என்றால் செல்வம், திருமகள், லக்ஷ்மி, வளம், மங்கலம் என்றெல்லாம் அர்த்தம் உண்டு. திரு, திருமதி என்று நாம் மரியாதையாக மங்கலமாகச் சொல்வோமே. செல்வன், செல்வி என்று வாழ்த்துவதுண்டு. திருமணப் பத்திரிகைகளில் செல்வன் மாரிமுத்து, செல்வி பேச்சியம்மாள் என்றெல்லாம் நாம் சொல்வதுண்டு.

இந்த திரு, லக்ஷ்மி என்ற வார்த்தைகள் எல்லாம் ஹிந்து மதம் சார்ந்தது அல்ல. தமிழர் பண்பாடு சார்ந்தது என்று சிலர் சொல்லக்கூடும். ஆனால், ஹிந்து பண்பாடு சார்ந்துதான் அது சொல்லப்பட்டிருக்கிறது. இதை நான் சொல்லவில்லை. வள்ளுவரே சொல்கிறார்.

அவ்வித்து அழுக்காறு உடையானைச் செய்யவள்
தவ்வையைக் காட்டி விடும்.

சோம்பல், பொறாமை கொண்டவனை திருமகளானவள் தனது
தவ்வையிடம் அதாவது அக்காவிடம் (மூதேவி) மாட்டி
விடுவாள் என்று வள்ளுவர் சொல்கிறார். இது முழுக்க முழுக்க
ஹிந்து ஐதீகம். ஸ்ரீதேவி, அவருடைய அக்கா என்ற நம்பிக்கை,
புராணம் எல்லாம் ஹிந்து மதத்தில் மட்டுமே உண்டு.

> கூற்றம் குதித்தலும் கைகூடும் நோற்றலின்
> ஆற்றல் தலைப்பட்டவர்க் குல் *(குறள் - 269)*

தவத்தால் வலிமை பெற்றவரால் தனது ஆயுளைக்கூட
நீட்டிக்கொள்ள முடியும். எமனால் கூட அவர்களை ஒன்றும்
செய்யமுடியாது என்று இதற்குப் பொருள்.

முனிவர்கள், ரிஷிகள் தவம் செய்வதை நாம் படித்திருப்போம்.
ஊசி முனையில், தீயில், ஒற்றைக் காலில் நின்றெல்லாம் தவம்
செய்து வரம் பெறுவார்கள். 100, 200 ஆண்டுகள் அல்ல; ஆயிரம்
ஆண்டுகள் அவர்கள் வாழ்ந்ததாக ஹிந்து புராணங்கள்
சொல்வதைப் பார்த்திருப்போம். இது ஹிந்துக்களின் நம்பிக்கை.
வள்ளுவரும் அதையே இந்தக் குறளில் சொல்கிறார்.

> வகுத்தான் வகுத்த வகையல்லால் கோடி
> தொகுத்தார்க்கு துய்த்தல் அரிது *(குறள் - 377)*

நமது ஊரில் பொதுவாக இப்படிச் சொல்வதைப்
பார்த்திருப்பீர்கள். 'கோடி கோடியாக சம்பாதித்திருந்தாலும்
நீரிழிவு நோய் காரணமாக, ரத்த அழுத்தம் காரணமாக உப்பு காரம்
இல்லாமல் இனிப்பு சேர்க்க முடியாமல் கஞ்சியும் கூழும்
குடிக்கறார். எல்லாம் விதி' என்று சொல்வதைக்
கேட்டிருப்பீர்களே. வள்ளுவரும் அதையே அப்படியே
சொல்கிறார். தலைவிதியை வகுத்தவன் (இறைவன்) வகுத்த
விதம் அல்லாமல் அதை மீறி யாருக்கும் எதுவும் கிடைத்துவிட
முடியாது. கர்ம வினை என்பதை சமணம் பேசுவதுண்டு. ஆனால்
தலையெழுத்தை, விதியை மாற்ற முடியாது என்ற தெளிவான,
அழுத்தமான கோட்பாடு ஹிந்து மதத்தில் மட்டுமே உண்டு.
வள்ளுவர் அதைத்தான் சொல்கிறார்.

கர்ம வினைப் பயன் என்றால் நாம் என்ன செய்கிறோமோ
அதற்கான பலன் என்று அர்த்தம். நல்லது செய்தால் நல்லது

கிடைக்கும்; தீமை செய்தால் துன்பம் வரும் என்பதாக அதை எடுத்துக்கொள்ளலாம். அது நாமாக உருவாக்கிக் கொண்ட தார்மிக ஒழுங்குக்கான கோட்பாடு. முற்பகல் செய்யின் பிற்பகல் விளையும். அது வினைப் பயன். ஆனால் விதி என்பது வேறு. நாம் என்ன செய்கிறோம் செய்யவில்லை என்பது ஒரு பொருட்டே அல்ல. இறைவன் ஒருவருடைய விதியாக எதை வகுத்து எழுதியிருக்கிறாரோ அதுதான் தலைவிதி. அதை சமணம் ஏற்கவில்லை. அதுபற்றிப் பேசவும் இல்லை. ஹிந்து மதம் மட்டுமே அதைச் சொல்கிறது. வள்ளுவரும் அதை அப்படியே வகுத்தவன் சொன்னதை மீறி ஒருவருக்கு எதுவும் கிடைத்து விடாது என்று ஆணித்தரமாக விதிக் கோட்பாட்டைச் சொல்கிறார்.

சமீபத்தில் குழந்தை சுஜித் ஆழ்துளைக் கிணறில் விழுந்து இறந்துவிட்டான். ஏழு வருடங்களுக்கு முன்பாக வெட்டப்பட்ட குழி அது. அந்தக் குழந்தை பிறந்து இரண்டு வருடங்கள்தான் ஆகியிருக்கின்றன. அந்தக் குழந்தைக்கு விதி இப்படியா இருக்கவேண்டும் என்று பலரும் மனம் வருந்தி பிரார்த்தனை செய்தார்கள். என்ன செய்ய... அதுதான் விதி என்று மனம் வருந்தினார்கள். இறைவன் தலையில் எழுதி வைத்த தலை எழுத்து. அதை மாற்ற யாராலும் முடியாது. நமது கர்மாவினால் கூட எதையும் மாற்றிக்கொள்ள முடியாது. வள்ளுவரும் இந்த ஹிந்து மதக் கோட்பாட்டைத்தான் சொல்கிறார்.

ஒருமைக்கண் தான்கற்ற கல்வி ஒருவற்கு
எழுமையும் ஏமாப் புடைத்து *(குறள் - 398)*

ஒருவர் ஒரு ஜென்மத்தில் கற்ற கல்வியானது அவருடைய ஏழு ஜென்மத்துக்கும் அல்லது அவருடைய வம்சத்தின் ஏழு தலைமுறைக்கும் பயன் தரும் என்று இதற்கு அர்த்தம். ஏழு ஜென்மம் என்ற கருத்தாக்கமே ஹிந்து மதத்தில் மட்டுமே இருக்கக்கூடிய ஒரு விஷயம் தான். 'இற்றைக்கும் ஏழேழ் பிறவிக்கும் உற்றோமே உந்தனோடு யாம்' என்று ஆண்டாள் பாடுகிறார். வேறு எந்த மதத்திலும் ஏழு ஜென்மங்கள் பற்றிய நம்பிக்கை கிடையாது.

வினைக்கண் வினையுடையான் கேண்மைவே றாக
நினைப்பானை நீங்கும் திரு *(குறள் - 519)*

நல்ல திறமையான ஒருவர் இருக்கும்போது அவரை விட்டுவிட்டுக் கோள் சொல்லும் ஒருவரை அருகில்

வைத்துக்கொண்டால், அந்த இடத்தில் இருந்து 'திரு' அதாவது லக்ஷ்மி விலகிப் போய்விடுவாள் என்று சொல்கிறார். செல்வம் போய்விடும்; பொருள் இழப்பு ஏற்படும் என்று சொல்லவந்தவர் செல்வம், பொருள் என்ற வார்த்தைகள் அவருக்குத் தெரிந்த நிலையிலும் 'திரு' என்று திருமகளைச் சொல்லி அதை உணர்த்துகிறார். இது ஏதோ தேமா, புளிமா, இலக்கணக் கணக்குக்காக, தளை தட்டாமல் இருக்கவேண்டும் என்பதற்காக அந்த வார்த்தையைப் பயன்படுத்தியதாகவெல்லாம் சொல்ல முடியாது.

'நினைப்பானை நீங்கும் திரு' என்றதற்குப் பதிலாக 'நினைப்பானை நீங்கும் பொருள்' என்று சொன்னாலும் எந்த இலக்கணக் குழப்பமும் வந்திருக்காது. குறிலிணை ஒற்று என்றே அதாவது மலர் என்ற அசையில்தான் முடியும். இருந்தும் அவர் மிகவும் தெளிவாகத் திட்டமிட்டு 'திரு' என்ற வார்த்தையைப் பயன்படுத்துகிறார்.

மடியிலா மன்னவன் எய்தும் அடியளந்தான்
தாஅய தெல்லாம் ஒருங்கு (குறள் - 610)

இந்தக் குறளில் வரும் 'அடியளந்தான்' என்பது வாமன அவதாரத்தைக் குறிக்கிறது. சோர்வில்லாமல் செயல்படும் மன்னருக்கு என்ன கிடைக்கும் என்பதைச் சொல்லும் வள்ளுவர் அடியளந்தானுக்குக் (வாமனனுக்குக்) கிடைத்ததுபோல் மேலுலகம், பூவுலகம், பாதாள உலகம் என அனைத்துமே கிடைக்கும் என்று சொல்கிறார். இந்தப் புராணக் கதை, உவமை, குறியீடு ஹிந்து மதம் தவிர வேறு எந்த மதத்திலும் இல்லை என்றே நான் நினைக்கிறேன்.

மடியுளாள் மாமுகடி என்ப மடியிலான்
தாளுளான் தாமரையி னாள் (குறள் - 617)

இந்தக் குறளில் தாமரை மலரில் அமர்ந்திருப்பவள் என்று லக்ஷ்மியைக் குறிப்பிடுகிறார். இதுவும் ஹிந்து நம்பிக்கை, தத்துவம் சார்ந்ததே.

சோம்பித் திரிபவனிடம் ஸ்ரீதேவியின் அக்கா வாசம் செய்வார். சோர்வின்றி சுறுசுறுப்புடன் செயல்படுவனிடம் தாமரை மலரில் அமர்ந்திருக்கும் ஸ்ரீ தேவி வாசம் செய்வார். அதாவது அவரிடம் செல்வம் மிகுதியாகச் சேரும் என்று அர்த்தம். பொருள், செல்வம், திரு என்பதெல்லாம் கூட தமிழ் மரபு சார்ந்தவை.

ஹிந்து மரபல்ல என்று சொல்லலாம். ஆனால், தாமரை மலரில் அமர்ந்த தெய்வம் என்பது ஹிந்து மதம் சார்ந்த சொல்தானே.

தாம்வீழ்வார் மென்றோள் துயிலின் இனிதுகொல்
தாமரைக் கண்ணான் உலகு *(குறள் - 1103)*

அதாவது தோள் மீது இருக்கும் மென்மையான துகிலைவிட இனிமையானது அல்லது தோளில் சாய்ந்து கிடைக்கும் மகிழ்ச்சியைவிட இனியது தாமரைக் கண்ணனுடைய உலகம் என்று சொல்கிறார். தாமரைக் கண்ணன் என்றால் அது திருமாலையே குறிக்கும். அரவிந்தலோசனன் என்று சம்ஸ்கிருதத்தில் சொல்வார்கள். மீன லோசனி அதாவது மீன் போன்ற கண்களை உடையவள் என்று பொருள்.

திருவள்ளுவர் சொர்க்கம் என்பதையோ வானுலகம் என்பதையோ சொல்ல விரும்பியிருந்தால் அதை அப்படியே சொல்லியிருக்கலாமே. பெண்ணின் தோளில் சாய்ந்து கிடைக்கும் இன்பத்தைவிட சொர்க்கத்தில் இன்பம் அதிகம் என்று சொல்லியிருக்கலாமே. தாமரக் கண்ணான் உலகு அதாவது ஸ்ரீவைகுண்டம் என்று தெளிவாகச் சொல்லியிருக்கிறாரே. இதைவிட ஹிந்துத்தன்மை என்ன இருக்கமுடியும்?

இதுவரை குறளில் இருந்து எனக்குத் தெரிந்த வார்த்தைகளுக்கு, எனக்குத் தெரிந்த பொருளைச் சொல்லி விளக்கம் தந்திருக்கிறேன். இந்தக் குறள்களுக்கும் இந்த வார்த்தை களுக்கும் வேறு அர்த்தங்கள் உண்டு என்று யாரேனும் சொன்னால் கேட்டுத்தெரிந்துகொள்ள விரும்புகிறேன்.

பௌத்தர்கள் திருவள்ளுவரை தமது மதத்தைச் சேர்ந்தவராக சொந்தம் கொண்டாடுவதாகத் தெரியவில்லை. சமணர்களிலுமே மிக குறைவானவர்களே அப்படிச் சொல்கிறார்கள் என்று நினைக்கிறேன். தமிழகத்தில் சமணம் தழைத்தோங்கிய காலகட்டத்தில் எழுதப்பட்டிருக்கலாம் என்பதால் இவர் சமணராக இருக்கக்கூடும் என்று சொல்வதுண்டு. ஆனால் பல குறள்கள் ஹிந்து மத புராணம், தத்துவம், நம்பிக்கை ஆகியவற்றுக்கு இயைந்துபோவதைத்தான் நாம் பார்க்க முடிகிறது.

திருவள்ளுவருக்கு மயிலாப்பூரில் ஒரு கோவிலே இருக்கிறது. அவரே அங்கு மூலவர், உற்சவர். ஆகம விதிப்படியான கோவில். சிவன், முருகன், விநாயகர் என பல ஹிந்து கடவுள்களின்

சன்னதிகள் அந்தக் கோவிலில் உண்டு. மயிலையில் நடக்கும் அறுபத்து மூன்று நாயன்மார்கள் உலாவரும் நாளில் 64வதாக திருவள்ளுவரின் திருமேனியும் பல்லக்கில் வைத்து பூஜை புனஸ்காரங்களுடன் மாலை மரியாதைகளுடன் அணிவகுத்துச் செல்வதுண்டு.

கிருஷ்ணன், விஷ்ணு, சிவன் என்றெல்லாம் எங்காவது திருவள்ளுவர் குறிப்பிட்டிருக்கிறாரா என்று ஒரு கேள்வி கேட்பார்கள். 1330 குறள்களில் தமிழ் என்ற வார்த்தை ஒரு இடத்தில் கூட கிடையாது. அப்படியானால் அவர் தமிழர் இல்லை என்று சொல்லிவிடமுடியுமா? வேறு மொழியில் எழுதப்பட்டதை தமிழில் மொழிபெயர்த்து வைத்திருக்கிறார்கள் என்று சொல்லமுடியுமா? அவரைப் போன்ற ஒரு அழுத்தமான அடையாளம் தமிழுக்குக் கிடைக்க வாய்ப்பே இல்லை என்று சொல்லும் அளவுக்கு அதிசயப் பிறவி அவர்.

உலகப் பொதுமறை என்று போற்றத் தகுந்த நூல். சமீபத்தில் இந்திய அரசின் முயற்சியினால் தாய்லாந்து மொழியில் மொழிபெயர்க்கப்பட்டிருக்கிறது. உலக மொழிகள் பலவற்றில் மொழிபெயர்க்கப்பட்டிருக்கும் ஒரே தமிழ் நூல் இதுவே. இப்படியான பெருமைகளைக் கொண்ட நூலை அனைவரும் கொண்டாடுங்கள் என்று தான் நாம் சொல்லவேண்டும். ஹிந்துக்களுக்கு மட்டுமே அவர் சொந்தம் என்று சொல்வது ஹிந்து மதத்துக்கும் தமிழுக்கும் செய்கிற பெரும் அநீதியாகவே இருக்கும்.

அவர் இந்தியாவில் பிறந்ததால் இந்தியர்; ஹிந்துவாக பிறந்ததால் ஹிந்து என்பதெல்லாம் உண்மைதான். ஆனால், அவர் ஹிந்து மட்டுமே என்று குறுக்கினால் அது அவருக்குச் செய்யும் பெரிய அவமானம். அவர் சிந்தித்த விஷயங்கள், பிரச்னைகள், அதற்கு அவர் சொன்ன தீர்வுகள், மொழி ஆளுமை, வார்த்தை லாகவம், வாழ்க்கைப் பார்வை, விசாலமான கண்ணோட்டம், காலம், மதம், ஜாதி, தேசம், மொழி என எந்த அடையாளத்துக்கும் எல்லைக்கும் அடங்காமல் அனைத்தையும் கடந்து சென்றிருக்கும் விதம் இவையெல்லாம் கற்பனைக்கு எட்டாத சாதனையே. 2000 ஆண்டுகளாக குறளைப் படித்து வியந்தபடியே இருக்கிறோம். அவரை காவி வர்ணம் பூசி ஒரு குறுகிய வட்டத்துக்குள் அடைக்க வேண்டுமா என்றும் நாம் யோசிக்கவேண்டும்.

கீழடி ஆய்வு நடந்தபோது அது தமிழர் நாகரிகமா? பாரத நாகரிகமா என்று ஒரு விவாதம் எழுந்தது. கீழடி என்பது உலக நாகரிகம். அந்தக் காலத்திலேயே மனிதன் இவ்வளவு அறிவும் ஆற்றலும் கொண்டவராக இருந்திருகிறார்கள் என்பதை எடுத்துக்காட்டும் ஆவணம் அது.

மனித நாகரிகத்தில் அது இந்திய-பாரத நாகரிகம். பாரதத்தில் தமிழர் நாகரிகம். தமிழரில் பாண்டியர் நாகரிகம். இது இந்திய நாகரிகம் அல்ல; தமிழர் நாகரிகமே என்று ஒருவர் சொன்னால் நாளை இது பல்லவர் நாகரிகமல்ல; சோழர் நாகரிகமல்ல; சேரர் நாகரிகமல்ல; பாண்டியர் நாகரிகமே என்று சொன்னால் அதை மறுக்க முடியுமா?

நாம் நேற்றுவரை சேர நாடு, சோழ நாடு, பாண்டிய நாடு என்று தானே இருந்தோம். பாண்டிய மண்ணில் கீழடி இருந்தாலும் அது உலக நாகரிகம். உலகத்துக்கான ஒளிவிளக்காக இருந்த நாகரிகம். அதுபோல்தான் திருவள்ளுவர் ஹிந்து மதத்தில் பிறந்திருந்தாலும் தமிழகத்தில் பிறந்திருந்தாலும் பாரதத்தில் இருந்திருந்தாலும் அவர் எழுதிய திருக்குறள் உலகத்துக்கே ஒளிவிளக்காகத் திகழக்கூடியது. எனவே, அவரைக் குறுகிய வட்டத்துக்குள் திணிப்பது சரியல்ல.

ராமானுஜரை பிராமணராக மட்டுமே பார்ப்பது, அம்பேத்கரை பட்டியலினத் தலைவராக மட்டுமே பார்ப்பது, பசும்பொன் முத்துராமலிங்கத் தேவரை தேவர் சமூதாயத் தலைவராக மட்டுமே பார்ப்பது, கப்பலோட்டிய தமிழன் வ.உ.சியை பிள்ளைமாராகப் பார்ப்பது, கர்மவீரர் காமராஜரை நாடாராக மட்டுமே பார்ப்பது எல்லாம் தவறு. அந்தந்த சமுதாயத்தினர் இந்தத் தலைவர்கள், ஞானிகளை அதிகமாகக் கொண்டாடக் கொண்டாட என்ன நடந்தென்றால் பிற சமூகத்தினர் விலகிச் சென்றனர். இவர்கள் அந்தந்தப் பிரிவைச் சேர்ந்தவர்களுக்கான தலைவர் மட்டுமே என்று குறுகிப்போனார்கள்.

வள்ளுவரை ஹிந்து என்று சொன்னால் அடுத்ததாக எந்த ஜாதி என்ற கேள்வி வரும். அப்படியே சென்றால் அது வள்ளுவரை இழிவுபடுத்துவதாகவே ஆகும். எந்த மதத்தில் பிறந்திருந்தாலும் உலகத்துக்கானவர்கள். விவேகானந்தர், மகாத்மா காந்தி, தியானம், யோகா இவையெயல்லாம், இவர்களெல்லாம் அம்பேத்கரைப் போல் திருவள்ளுவரைப் போல் உலகத்துக்கு இந்தியா கொடுத்த கொடை. அந்தக் கொடையின்

பெருமையைப் பறைசாற்ற முயற்சி செய்வோம். ஆளுகொரு வட்டத்தில் அடைத்து அவர்களைச் சிறுமைப்படுத்தி நமக்குள் பகைமை பாராட்டிக்கொள்ளவேண்டாம்.

நான் சொல்வது சரியென்று உங்களுக்கும் தோன்றினால் எனக்கு மகிழ்ச்சி. தவறென்று தோன்றினால் சொல்லுங்கள் திருத்திக் கொள்கிறேன்.

இது ஒருபக்கம் இருக்கட்டும். வள்ளுவருக்கு காவி உடையைப் போடவே கூடாது என்பதும் சரியல்ல. ஹிந்து ரிஷி என்பதால் அவர் காவி உடை அணிந்து இருந்திருக்க வாய்ப்பு அதிகம். அப்படி இருந்திருக்காவிட்டாலும் அந்த மகானை காவி உடை உடுத்தி அழகு பார்ப்பதில் எந்தத் தவறும் இல்லை. காவி ஞானத்தின் நிறம், தியாகத்தின் நிறம், துறவின் நிறம், உலகு தழுவிய அன்பின் நிறம். பிறப்பால் அல்ல; குணங்களாலும் செயல்களாலுமே ஒருவருக்குப் பெருமை வரும்; குணகர்ம விபாகச; அவரவர் கருமமே கட்டளைக்கல் என்று சொன்னவர்களின் நிறம். எனவே வள்ளுவருக்கு காவி நிற ஆடை கூடாது என்று சொல்வது போப் ஒருவருக்கு வெள்ளை அங்கி அணிவிக்கக்கூடாது என்று சொல்வதற்கு இணையானது. வள்ளுவரைக் காவிக்குள் குறுக்குவது தவறு. அதேநேரம் காவியை அணிவிக்கக்கூடாது என்று சொல்வது அதைவிடப் பெரிய தவறு.

●

- 4 -

ஹிந்து மதத்தின் எதிரிகள்

நண்பர்களே! கந்த சஷ்டி கவசம் பற்றி ஆபாசமான கருத்துகளை வீடியோ மூலம் ஒரு கூட்டம் வைத்துள்ளது. அந்த வீடியோவை நான் பார்க்கவில்லை. பார்க்காமல் கருத்துச் சொல்வதில் எனக்கு எந்தத் தயக்கமும் இல்லை. இவர்களையெல்லாம் விமர்சிப்பதை விடப் புறக்கணிப்பதுதான் சரி என்பது எம்முடைய கருத்து. இதையே பலரும் பின்பற்றுவதாகச் சொல்லியிருந்தார்கள். அதனை விமர்சித்து வெளியான என்னுடைய வீடியோவைப் பார்த்த பிறகு, 'ரொம்ப உணர்ச்சிவசப்பட்டுட்டீங்களே? எப்பவும் ரொம்ப நிதானமா இருப்பீங்க' என்று நிறையப் பேர் கேட்டிருந்தார்கள். கொஞ்சம் எமோஷனலாதான் ஆகி விட்டேன். ஆனால், இது கோபமோ, கொதிப்போ இல்லை. ஒரு வேதனை நிச்சயமாக இருந்தது. ஒரு பத்திரிகையாளன், ஒரு தனி மனிதன், இதைத் தாண்டி ஒரு முருக பக்தனாக, ஒரு முழுமையான இறை ஏற்பாளனாக, 'என்ன இது, இப்படி எல்லாம் பண்றாங்களே? ஒரு ஆராய்ச்சி எப்படி இருக்கணும்? ஒரு விமர்சனம் எப்படி இருக்கணும்? ஒரு பார்வை எப்படி இருக்கணும்? நாம பாட்டுக்க சிவனேன்னு ஓரமா ஒதுங்கிப் போயிட்டிருக்கையிலே, வலிய வந்து அசிங்கப்படுத்தி, நீ எவ்வளவு கேவலமானவன் தெரியுமான்னு பேசினா என்ன அர்த்தம்? எவ்வளவு காலத்துக்கு இது மாதிரிப் பேசுவாங்க? இதை எல்லாரும் வேடிக்கை பார்த்துக்கிட்டிருப்பாங்களா...

அப்படிங்கற ஒரு வேதனையின் வெளிப்பாடுதான் அந்த வீடியோ.

இதனுடைய நீட்சியாக, திரையுலகத்தைச் சார்ந்த இயக்குனர்கள், நடிகர்கள், தயாரிப்பு நிறுவனங்கள், எல்லாரும் இதைப் பற்றிக் கருத்துச் சொல்றதைப் பார்க்கிறோம். ரொம்ப மகிழ்ச்சியாக இருக்கிறது. சாதாரணமாக, அரசியல்வாதிகள், ஆக்டிவிஸ்ட்டுகள், தன்னார்வ இயக்கத் தொண்டர்கள் தவிர வேறு யாரும் கருத்துச் சொல்லணும்னு அவசியம் இல்லை அப்படின்னு நினைப்பவன் நான். விஷயம் தெரியாமல் கருத்துச் சொல்லச் சொல்லத்தான் நாடு குட்டிச்சுவராப் போகுதுன்னு நினைக்கிறேன். ஆளாளுக்குக் கருத்துச் சொன்னா, குழப்பம்தான் மிஞ்சும். ஆனால், இங்கே விஷயம் தெரிந்தவர்கள் நிறையக் கருத்துகள் சொன்னார்கள். அதை நான் மகிழ்ச்சியுடன் வரவேற்கிறேன்.

எனக்கு ஒரு பெரிய சந்தேகம். நாம ஒருவேளை முகலாயர் ஆட்சிக் காலத்துக்குப் போய்விட்டோமோன்னு. அன்றைக்கு, ஹிந்துவாக இந்தியாவில் ஒருவர் வாழ்வதற்கே ஜிஸ்யா வரி என்று ஒரு வரியைக் கட்ட வேண்டும். வரலாற்றில் நீங்கள் தேடிப் பார்க்கலாம். நாம மற்றவர்களது மதத்தை அவமதிக்க வில்லை, அவர்கள் மனதைப் புண்படுத்தவில்லை. நாம், நாமாக வாழ்வதற்கே, அரசுக்குக் கப்பம் கட்டவேண்டும். அதுபோல, இன்றும், நாம் நாமாக இருப்பதே ஒரு கேள்விக்குறியாகி விடுமோ எனும் ஒரு வேதனையின் வெளிப்பாடுதான் அது.

இதன் தொடர்ச்சியாக, பலரும் வலைத்தளங்கள், பத்திரிகைகள், மற்றும் பல இன்டர்நெட் சாதனங்கள் வாயிலாகவும் என்னிடம் பலர் வைக்கும் கருத்துகளைத்தான் நான் எதிரொலிக்கிறேன். இதுபோல முருகன், நமது ஹிந்துத் தெய்வங்கள், இறை நம்பிக்கைகள், இவை பற்றிக் கருத்துக் கூறுவதற்குப் பதிலாக, பெரியாரை, அண்ணாவை, கருணாநிதியை, ஸ்டாலினை, எடப்பாடியைப் பற்றி கருத்துகள் சொன்னால், அதாவது, முருகனைப் பற்றிய விமர்சனத்தில், முருகன் எனும் சொல்லை நீக்கிவிட்டுப் பதிலாக, இவர்கள் யாராவது ஒரு பெயரை அதில் சேர்த்திருந்தால், திமுக, மற்றும் அதிமுக அதை அனுமதிப் பார்களா, அமைதியாக இருப்பார்களான்னு நாம யோசிக்கணும்.

திரு ஹெச்.ராஜா, வடகிழக்கு மாநிலங்களில் லெனின் சிலை அகற்றப்பட்டது தொடர்பாக ஒரு ட்வீட் போட்டார், 'அங்கே

இன்று லெனின், இங்கே நாளை பெரியார்' என்று. அப்போது, இந்தக் கட்சிகள் எவ்வளவு கோபம் கொண்டன? எதுவும் நடந்து விடவில்லை. அப்படி அகற்றப்பட முடியாது, அகற்றப்படவும் கூடாது என்பதே என் கருத்து. பெரியாருடைய சிலைக்கு என்று வரும்போது எல்லாக் கட்சிகளும், அனைத்துத் தரப்பினரும் அத்தனை ஆவேசம் கொள்ளும்போது, முருக பக்திக்கு ஆதரவாகவும், இதே போன்ற ஆட்சேபங்களை அரசியல் கட்சியினர் பதிவு செய்ய வேண்டாமா? இதைப் போல ஒரு நீதிமன்றத்தின் தீர்ப்பை விமர்சித்திருந்தால் எப்படிப்பட்ட ஆட்சேபணை எழும். நீதிமன்ற அவமதிப்பு வழக்கு போடப்பட்டிருக்கும் அல்லவா.

இதே போல, நபிகள் நாயகம் பற்றியும், இயேசு கிறிஸ்து பற்றியும் விமர்சனங்கள் வந்திருந்தால், திமுகவும், அதிமுகவும் சும்மா இருந்திருப்பார்களா? 'டாவின்சி கோட்' என்று ஒரு படம். ஜீசஸின் பிறப்பு பற்றிய ஒரு ஆராய்ச்சியைத் தழுவிய ஒரு புத்தகத்தின் படமாக்கம். இது உலகம் முழுக்க வெளியானது. அதைத் தமிழ் நாட்டில் வெளியிடுவதில்லை என்று அப்போதைய முதல்வர் மு.க. எடுத்த முடிவுக்குத் தமிழ் நாட்டில் யாராவது ஆட்சேபம் தெரிவித்தார்களா? கிறிஸ்துவர்கள் பற்றிய படம் என்று யாரும் நினைக்கவில்லை. யாராக இருந்தாலும் அவர்கள் மத உணர்வு புண்படக்கூடாது என்றுதானே நினைத்தோம். ஏன் வெளியிடவில்லை என்று யாரும் கேட்கவில்லை.

அதே போல், 'முகமது தி மெசெஞ்சர் ஆஃப் காட்' என்று 2015-ல் ஈரானில் எடுக்கப்பட்ட படம். நமது மதிப்புக்குரிய ஏ.ஆர்.ரஹ்மான் அவர்கள் இசையமைத்தது. அதனை எடுத்தவர்கள் அனைவரும் முஸ்லிம்கள்தான். இப்போது அதனை இந்தியாவில் ஓடிடி ப்ளாட்ஃபார்மில் வெளியிட வேண்டும் என்று முயற்சி எடுத்த போது, பலத்த ஆட்சேபம் எழுந்தது. முஸ்லிம்கள் அல்லாதவர்களும் எதிர்த்தார்கள். ஏனெனில், இஸ்லாத்தில், நபிகள் நாயகத்துக்கு, எங்கேயுமே உருவம் கொடுக்கப்படவில்லை. அருவம்தான் இஸ்லாத்தின் அடிப்படைக்கொள்கை. அப்படத்தில் அவரை எங்கும் இழிவுபடுத்தவில்லை. அவருக்கு ஓர் உருவம் கொடுத்ததுதான் சர்ச்சைக்கு இடமாகியது. நாமும் இதை ஆதரிக்கிறோம்.

இந்தியர் ஒருவருடைய மத நம்பிக்கை - எந்த மதமானாலும் நமது அரசியல் சாசனத்தின் ப்ரிஆம்பிள் என்னும் ஷரத்தால் பாதுகாக்கப்படுகிறது. இது ஓர் இந்தியரின் தனிப்பட்ட உரிமை.

யாராலும் கேள்வி கேட்க முடியாது. இது நமக்குத் தரப்பட்ட உத்தரவாதம். விமர்சனத்துக்கு அப்பாற்பட்டது. இதனால், அப்படம் வெளியிடுவது தடை செய்யப்பட்டபோது, நாம் எல்லோரும் வரவேற்றோம்.

இப்படி இருக்கும்போது, அரசியல் தலைவர்களைவிட, நீதி மன்றங்களை விட, இஸ்லாத்தைவிட, ஜீசஸைவிட ஹிந்து மதத்தின் முருகப் பெருமான் குறைவாக மதிப்பிடப்படுகிறாரா என்பது கேள்வி. மற்ற மதங்களுக்காக ஆவேசமாகக் குரல் எழுப்பும் ஆளும் கட்சி, எதிர்க்கட்சிகள், ஹிந்து மதம் இழிவுபடுத்தப்படும்போது மட்டும் அமைதியாக இருப்பது ஏன் என்பதுதான் கேள்வி.

அரசு இயந்திரம் என்பது, தனது பெயருக்கு ஏற்ப, இயந்திரத் தனமாகவும் நிதானமாகவும்தான் செயல்படும். அதற்கு, மதங்கள் பற்றிய வித்தியாசம் இல்லை. ஆகையால், அதை நாம் குறை கூறவில்லை. இது சம்பந்தமாக, ஒருவர் சரண்டர் ஆனார்; ஒருவர் கைதானார் எனும் செய்தியும் எனக்குத் தேவையில்லை. இது எங்கு வெளியிடப்பட்டது, யூ டியூபிலா? வேறு எங்காவதா என்ற சர்ச்சைக்குள்ளும் நாம் செல்லவில்லை. வழக்குகள், நீதி மன்றங்களும் நமக்குத் தீர்வு எதுவும் தரப் போவதில்லை. ஆனால், உணர்ச்சிப் பிழம்பாக இருக்கும் எதிர்கட்சி, ஆளும் கட்சித் தலைவர்கள், இந்த விஷயத்தில் எப்படி அமைதியாக இருக்கிறார்கள் என்பதுதான் எனக்கு வியப்பு. இதில் வேறு சில பேர் உள்ளே புகுந்து, குறுக்குச்சால் ஓட்டுகிறார்கள். தமிழ்க் கடவுள், தெலுங்குக் கடவுள், ஏன் குஜராத் கடவுள், ஒரிஸா கடவுள் என்று கூடச் சொல்லுவார்கள்போல. கடவுளுக்குள் எப்படி மொழி பேதம் செய்கிறார்கள்? இப்படித்தான்,

மதங்களுக்குள், மொழிகளுக்குள் பிரிவினை ஏற்படுத்தினார்கள். கர்நாடக மாநிலமும், தமிழகமும், திராவிடம் என்று அழைக்கப்பட்டாலும், காவிரி நதி நீர் பங்கீடு என்று வரும்போது, அதனை எதிர்க்கும் தெளிவு நமக்குண்டு. இப்படி இருக்கையில், நாம் ஹிந்துக் கடவுள்களை ஒன்றாகத்தான் பார்க்கிறோம். இதில், தமிழ், தெலுங்கு எங்கே வந்தது? நாளைக்கு உத்திரப் பிரதேசக்காரரோ, குஜராத்தியரோ, நம்மை எதிர்த்தால், அப்போது தான் அவர்களை வேறாகப் பார்ப்போம். அதுவும் கூட அந்த மனிதர்கள் பற்றித்தான் எதிர்ப்பு எழுமே தவிர, அவர் சார்ந்த மதம் பற்றி அல்ல.

'இராமர் உப்பிக்காரர், கிருஷ்ணர் மதுராக்காரர், பிள்ளையார் வாதாபிக் கடவுள் என்றா நாம் சொல்கிறோம்? எங்கு பிறந்திருந்தாலும், நம்மைப் பொறுத்தவரை அவர்கள் ஹிந்துக் கடவுள்கள். நமக்குள் பிரிவினை ஏற்படுத்துவதற்காகவே, கடவுள்களுக்குள் மொழிப் பிரிவினை ஏற்படுத்துகிறார்கள்.

எப்படி தமிழக மீனவர்கள் - இலங்கைப் பிரச்னையில், முதலில் அவர்கள் தமிழர்கள், பிறகு இந்தியர்கள் என்றுதான் நாம் பார்க்கிறோம். அதே போல், முருகன் நமக்குத் தமிழ்க் கடவுள். ஆனால், அவர், ஹிந்து மதத்தினர் அனைவருக்கும் கடவுள்.

இராமரைச் செருப்பால் அடித்தார்கள். சும்மா இருந்தோம். கிருஷ்ணரைக் காமாந்தகன் என்று இழிவுபடுத்தினார்கள். வேடிக்கை பார்த்தோம். பிள்ளையாரை வட மாநிலத்தவர் என்று சொன்னார்கள். அப்பவும் நாம வேடிக்கைதான் பார்த்தோம். அதனாலதான், இப்போ முருகன் கிட்ட வர்றாங்க. அப்பவே நாம கடுமையாக எதிர்த்திருந்தால், இப்போ இதை நிறுத்தியிருக்கலாம்.

இப்படிக் கடவுள்களை ஸ்டேட் வாரியாகப் பிரிப்பவர்களிடம், நான் ஒன்று கேட்கிறேன். பெரியார் தமிழரா? நான் ஒரு தமிழன் என்று அவரே எங்காவது சொல்லியிருக்கிறாரா? திரு சீமானும், மணியரசனும் அவரைத் தமிழர் என்று ஏற்பார்களா? தமிழத்தைச் சேர்ந்த எல்லா இயக்கங்களும், அவரை மதிக்கவில்லையா, ஏற்கவில்லையா? நாமும்தான் அவரை மதிக்கிறோம்.

அப்போது, கடவுள்களும் அப்படித்தானே மதிக்கப்பட வேண்டும்? இதில் மொழி எங்கு வந்தது? நான் சபரிமலை செல்கிறேன். அவர்கள் பழனி மலை வருகிறார்கள். நான் காசிக்குப் போகிறேன். அவர்கள் இராமேஸ்வரம் வருகிறார்கள். நான் திருப்பதி போகிறேன். அவர்கள் ஸ்ரீரங்கம் வருகிறார்கள். இப்படித்தானே ஓடுது! இதுலே ஆந்திரா, கேரளா, உபி எங்கே வந்தது?

இப்போ, திராவிடக் கழகம் என்ன சொல்கிறது, சுப.வீர பாண்டியன் என்ன சொல்கிறார் என்று நான் கேட்கவே மாட்டேன். ஏனெனில், அவர்கள் கருத்து எல்லாருக்கும் தெரிந்ததுதான். ஆனால், 'ஒன்றே குலம், ஒருவனே தேவன்' என்பதை ஏற்றுக்கொண்ட திமுகவும், இறை நம்பிக்கையில் ஊறிப்போயிருக்கும் அதிமுகவும் இந்தப் பிரச்னையில் என்ன

கருத்துச் சொல்லியிருக்காங்க? காங்கிரஸ், கம்யூனிஸ்ட், விடுதலை சிறுத்தை போன்ற கட்சிகள், மதிமுக, மக்கள் நீதி மையம் ஆகியோரின் கருத்தென்ன?

திரு வைகோ, அறிவாலயத்தில், ஒரு முக்கியமான கருத்தை முன்வைத்தார். 'கடவுள் மறுப்புக் கொள்கை மக்களிடம் இனியும் எடுபடாது. 99 விழுக்காடு மக்கள் கடவுள் நம்பிக்கையுடன்தான் இருக்கிறார்கள். ஆகையால், நாம் அதை மறு பரிசீலனை செய்ய வேண்டும்' என்றார். ஆனால், முருகக் கடவுளின் விஷயத்தில், இவரும், மற்ற எவரும் வாயே திறக்கவில்லை. திரு கே.என்.நேரு சில நாட்களுக்கு முன், சமூக வலைத்தளத்தில், 'இப்பிரச்னையில் என்னைக் கோர்த்துவிடப் பார்க்கின்றனர். இதற்கும் எனக்கும் எந்தச் சம்பந்தமும் இல்லை' என்று கூறியிருந்தார். அவர் கூட, 'இப்படிச் சொன்னது தவறு' என்று கூறவில்லை. கண்டனம் தெரிவிக்கவில்லை. எதிர்க் கட்சிக் காரருக்குக் கொரோனா வந்தால், ஆறுதல் தெரிவிக்கும் இந்தத் திராவிடக் கட்சிகள், இதற்கு ஏன் எதிர்ப்புத் தெரிவிக்கவில்லை?

இப்போது, அந்த வீடியோவை நீக்கியதாகக் கூறும் சம்பந்தப் பட்டவர்கள், 'சம்ஸ்கிருதத்தை எதிர்த்துச் சில கருத்துகளை நாங்கள் தெரிவிக்கையில், தமிழைச் சேர்ந்த சில விமர்சனங்களும் தவறாகப் போடப்பட்டுவிட்டன. தமிழர்களைப் புண்படுத்துவது எங்கள் நோக்கமில்லை' என்று கூறியுள்ளனர். மத நம்பிக்கை என்பது எங்களின் உரிமை. உங்களுக்கு தமிழ்க் கடவுள் மீது நம்பிக்கை இல்லாவிட்டால், ஆராய்ச்சி நோக்கில் அதை நிரூபியுங்கள். டாக்டரேட் வாங்குங்கள். நாங்களும் வரவேற்கிறோம். அதை விட்டுவிட்டு, இழிவுபடுத்தும் உரிமையை உங்களுக்கு யார் தந்தது? நாங்கள் உங்களைத் தெலுங்கில்தானே திட்டினோம், தமிழில் திட்ட வில்லையே என்று கூறினால் ஏற்க முடியுமா?

திரு எஸ்.வி.சேகர், ஒரு விஷயத்தை ஃபார்வர்டுதான் செய்தார். அவர் எழுதவில்லை. பிறகு அவர் மன்னிப்புக் கேட்டுக் கொண்டதோடு அல்லாமல், அதை நீக்கியும் விட்டார். ஆனால், நாம அதைச் சும்மா விட்டோமா? ஹெச்.ராஜா அவர்கள், அந்த ட்வீட்டை அட்மின்தான் போட்டார் என்று சொல்லியும் நாம் அதை ஏற்கவில்லை. கண்டனங்கள் தொடர்ந்தன.

ஆனால், இவர்கள் யு டியூபில் இதை நீக்கிவிட்டாலும், அவர்கள் மற்ற கடவுள்களை இழிவுபடுத்தும் வீடியோக்கள், இன்னும்

அதிலேயேதான் தொடர்கின்றன. அண்ணன் சுப.வீரபாண்டியன் அவர்கள், ஹிந்துக் கடவுளர்களை இழித்துப் பேசிய வீடியோக்கள், இன்னும் அதிலேயேதான் தொடர்கின்றன. எல்லாப் பிரச்னைக்கும், மக்கள் கொந்தளித்து எழுந்தால்தான் தீர்வு கிடைக்குமா? தானாகத் தீர்வு கிடைக்காதா?

இவ்வளவு பெரிய அவமரியாதைகள், சர்ச்சைகள் நாடு முழுவதும் ஓடிக்கிட்டிருக்கு. ஹிந்து சமய அற நிலையத்துறை என்று ஒன்று இருக்கு. கோயில்களின் உள் விவகாரங்களில் எல்லாம் தலையிடுகிறது. இதற்கென்று ஐஏஸ் ஆஃபீசர்கள், கமிஷனர்கள், ஓசி என்று பெரிய கூட்டமே இருக்கிறது. கோயில் நிலத்தை எடுப்பதற்காக மட்டும்தானா இத்துறை? இத்துறைக்கு, முருகன் கோயிலில் வரும் உண்டியல் வருமானம் மட்டும் வேண்டும். ஆனால், அந்த வருமானத்தைத் தரும் கடவுள் இழிவுபடுத்தப்பட்டால் வழக்குப் போட மாட்டார்களா? எதற்கெடுத்தாலும் அவமதிப்பு வழக்குப் போடும் அரசு, இதைக் கண்டு கொள்ளாமல் இருப்பது ஏன்?

இஸ்லாமியர்கள், அவர்கள் மசூதியை அவர்களே பார்த்துக் கொள்கிறார்கள். சர்ச்சுகள், கிறித்துவர்களால் நிர்வாகம் செய்யப் படுகின்றன. அதேபோல், கோயில்களையும் ஹிந்துக்கள் நிர்வாகத்தில் விட்டுவிடுவதில் என்ன தவறு? அவர்களாவது இந்த அநியாயத்தைத் தட்டிக் கேட்பார்களில்லையா? பட்டியல் இனத்தவர்களுக்கு ஒரு அநீதி, சிறுபான்மையினருக்கு ஒரு அநீதி என்றால் தட்டிக் கேட்கும் அரசு, ஹிந்துக்களுக்கு ஓர் அவமானம் என்றாலும் கேட்க வேண்டும். இதனை ஆட்சியில் இருப்பவர்களும், ஆட்சிக்கு வர நினைப்பவர்களும் உணர வேண்டும். அவர்களுக்குத்தான் அந்தப் பொறுப்பு இருக்கிறது. யார் நம் மதத்தை இழிவுபடுத்துகிறார்களோ, அதனை எதிர்த்து யார் கண்டனக் குரல் எழுப்பவில்லையோ, அவர்களெல்லாம் ஹிந்து மதத்தின் எதிரிகள் என்பதை நாம் நினைவில் கொள்ள வேண்டும்.

●

- 5 -

கலப்புத் திருமணங்களைத் தடுக்க முடியுமா?

ஹிந்து மதம் இந்தியாவில் மட்டும் இருக்கக் காரணம் என்ன?

இந்தியாவில் ஹிந்து மதம் நன்றாக இருந்தது. இந்தியாவில் ஹிந்து மதம் சுமாராக இருந்தது. இந்தியாவில் ஹிந்து மதம் நன்றாக இருக்கும். இந்தியாவில் ஹிந்து மதம் சுமாராக இருக்கும். இது அந்தந்தத் தலைமுறை ஹிந்து மதத்தை எப்படி நடத்துகிறது என்பதைப் பொறுத்தது. ஹிந்துக்கள் இந்தியாவில் ஹிந்துக்களாக நீடிப்பதற்கு ஒரு காலகட்டத்தில் ஜிஸ்யா என்ற வரி கட்ட வேண்டியிருந்தது என்று உங்களுக்குத் தெரியுமா நண்பர்களே! அதையும் நாம் கடந்து வந்திருக்கிறோம்.

அத்தனை அடக்குமுறைகளையும் கடந்து வரக் கூடிய வல்லமை ஹிந்து மதத்துக்கு உண்டு. நம்மை ஆண்டவர்கள் கோடி. மாண்டவர்கள் கோடி. ஹிந்து மதம் மிகப் பொறுமையான மதம். அடிப்பவர்கள் எல்லாம் அடித்து விட்டுப் போகட்டும். இது போல எத்தனை பேரைப் பார்த்திருக்கிறோம் போடா என்று சொல்லும்.

எல்லாவற்றையும் தாண்டிய, வளைந்து கொடுக்கும் தன்மை இதற்குண்டு. வெள்ளிக் கிழமைகளில்தான் கோயிலுக்குப் போக முடியுமா; சரி செல்லுங்கள். செவ்வாயில்தான் விரதம் இருக்க

முடியுமா; சரி இருங்கள். அங்கப் பிரதட்சணம் செய்து உருண்டு கொண்டேதான் செல்ல பிரார்த்தனையா; செய்யுங்கள். ஷூவைக் கழட்டாமல், கீழே இறங்காமல், காரிலிருந்து அப்படியே வணங்கத்தான் நேரம் உள்ளதா; அதற்கும் ஓகே. 'பையன் ரொம்ப பிஸி. நாமே அவனை வழியனுப்பி வைப்போம் என்று கடவுளே உங்களுக்கு டாடா சொல்வார். ஆக, ஹிந்து மதம் என்பது உணர்வு பூர்வமானது. நிறைய ஆழமான விஷயங்கள் உள்ளன. ஏன் சாமி கும்பிட வேண்டும்? ஏன் பொட்டு வைக்க வேண்டும்? ஏன் சேலை உடுத்த வேண்டும்? ஏன் ஹிந்துவாக நீடிக்க வேண்டும்? இவையெல்லாம் நமக்குச் சொல்லிக் கொடுக்கப்படவில்லை. நாமும் பிள்ளைகளுக்குச் சொல்லவில்லை.

எல்லா மதமும், ஜாதியும் ஒன்றுதான்; இருபத்தோராம் நூற்றாண்டில் இதைப் பற்றியெல்லாம் ஏன் பேசுகிறீர்கள் என்கிறார்கள். நாம் அவர்களுக்குப் புரியவைக்கவேண்டும். நமக்கு எவ்வளவு மகத்துவம் உண்டு; நம்மிடம் எவ்வளவு நல்ல, ஆச்சரியமான விஷயங்கள் உள்ளன என்பதைப் புரியவைக்க வேண்டும். உலகம் முழுவதும் ஹிந்து மதத்தை வியந்து பார்க்கிறது; பாராட்டுகிறது. பூமி சதுரம், செவ்வகம், முக்கோணம் என்றெல்லாம் உலகம் ஆராய்ச்சி செய்துகொண்டிருந்தபோது, ஹிந்து மதம் அதை பூகோளம், அதாவது பூமி ஒரு கோளம் என்று அன்றைக்கே பெயரிட்டது.

இவர்கள் இன்றைய வரையிலும், சந்திர கிரகணம், சூரிய கிரகணம் ஆகியவற்றைப் பற்றி ஆராய்ச்சி செய்கிறார்கள். நம் வீட்டுக்கு புரோகிதர் வருவார். பஞ்சாங்கத்தைப் புரட்டிவிட்டு, ஏழாம் தேதி கிரகணம் என்று சொல்லிவிட்டுப் போய் விடுவார். இதனால்தான், ராக்கெட் விடுவதற்கு முன் இஸ்ரோ விஞ்ஞானிகள் திருப்பதி சென்று 'ஏழுமலையப்பா, கொஞ்சம் காப்பாற்று' என்று கும்பிடுகின்றனர். ராக்கெட் நம்மால் ஏவத்தான்படுகிறது. மிச்சம் எல்லாம் அவன் தான் பார்த்துக்கொள்வான் என்று அவர்களுக்குத் தெரியும்.

இது வேடிக்கை இல்லை. மண்ணின் மகத்துவம் உணர்ந்தவர்கள் நம் முன்னோர்கள். வேப்ப மரத்தை நாம் ஏன் அம்மன் என்று கும்பிடுகிறோம்? மரம் ஒரு அம்மனா என்று கேள்வி. ஆனால், அதன் மருத்துவ குணங்கள் பற்றி அறிந்துகொண்டு, 'பேடண்ட்' யுத்தம் நடக்கிறது உலகில். மஞ்சளும் அதே போல்தான்.

ஆயிரமாயிரமாண்டுகளாக ஆழமாக ஆராய்ச்சி செய்து, கடுமையாக உழைத்து நமது முன்னோர்கள், இவற்றையெல்லாம் நமக்குச் செல்வமாகத் தந்து விட்டுச் சென்றுள்ளனர். ஆனால், நாம் அவ்வளவு உழைக்கவில்லை. நம் அடுத்த தலைமுறைக்கு அதைக் கொண்டுபோய்ச் சேர்க்கவில்லை. இளைய தலை முறையினர் ஹிந்து மதத்தின் மேல் பற்று வைக்கவில்லை என்றால், அதற்கு நீங்கள்தான் காரணம் நண்பர்களே!

●

கலப்புத் திருமணங்களை நாம் ஆதரித்தால், சமுதாயத்தின் எதிரி ஆகிவிடுகிறோம். எதிர்த்தால், குடும்பத்துக்கு எதிரி ஆகிறோம். இதற்கு என்ன செய்வது?

23 வயதுக்கு மேல், எந்தப் பையனையோ, பெண்ணையோ நாம் திருத்த முடியாது. சிறிய வயதிலேயே, நமது ஹிந்து மதம், நமது சமுதாயம், பரம்பரை ஆகியவற்றின் பெருமைகளைச் சொல்லி அவர்களை வளர்க்க வேண்டும். உரிய வயது வரும்போது, நமது இனம், மதத்திலேயே நமக்கு ஆயிரம் பேர்கள் கிடைப்பார்கள் என்பதை அவர்கள் உணர வேண்டும். அநேகமாக இப்போதெல்லாம் ஏழாவது வந்த பிறகு, பிள்ளைகளுக்கும், நமக்குமான உரையாடல் நின்று போய் விடுகிறது. அதன் பிறகு, அவன் ஒரு நண்பர்கள் வட்டத்தை அமைத்துக் கொள்கிறான். 'என்னடா செய்யறே?' என்று அப்பா கேட்டால், 'நீங்கள் என்ன செய்தீர்களோ அதைத்தான் செய்கிறேன்' என்பான்.

அம்மாவோ, 'ஏங்க, உங்க பிள்ளை சொல்பேச்சுக் கேட்பதில்லை. நீங்களே பார்த்துக்குங்க' என்று சொல்வாங்க. 'எனக்கு எங்கம்மா நேரம்? நான் தொழிலைப் பார்ப்பேனா இல்லை பிள்ளையைப் பார்ப்பேனா' அப்பா சலித்துக் கொள்வார். ஆக, இரண்டு பேரும் பார்ப்பதில்லை. இவனது நண்பர்கள் வட்டத்துடன், கண்டதும் உள்ளே நுழைகிறது. பெற்றோர் இதனைக் கண்காணிப்பதில்லை.

அந்தச் சின்ன வயதிலெல்லாம் விட்டு விட்டுப் பிறகு, 23 வயதில் வந்து, அவனைக் கல்யாணம் செய்துகொள், இவளைத் திருமணம் செய்து கொள் என்று சொல்வதிலும், இப்படி ஓடிப் போயிட்டியே என்று அழுவதிலும் அர்த்தமில்லை.

கலப்புத் திருமணத்தை அரசு ஊக்குவிக்கிறது என்று ஒருவர் சொன்னார். தவறு. கலப்புத் திருமணத்தை அரசு அங்கீகரிக்கிறது.

ஊக்குவிக்கவில்லை. பிரசாரம் செய்யவில்லை. கலப்புத் திருமணம் செய்தாலும் சட்டப்படி செல்லும் என்று கூறுகிறது. கலப்புத் திருமணம் செய்; அல்லது செய்யாதே என்று அரசு கூறவில்லை. செய்துகொண்டால் சட்டப் பாதுகாப்பு தருகிறது.

பெற்றோர்கள், கலப்புத் திருமணம் செய்து கொள்வதில் உள்ள சிக்கல்களைப் பிள்ளைகளுக்குத் தன்மையாக எடுத்துரைக்க வேண்டும். மொழி, வாழ்க்கை முறை மாறுபடுவதால் பிரச்னைகள் வரலாம். கல்யாணம் செய்யும் வரைக்கும், கண்ணே தெரியாது. பிறகு, எல்லாமே குற்றமாகத் தெரியும். இதையெல்லாம் தவிர்க்க வேண்டுமெனில், நம் சமுதாயத்துக்குள் திருமணம் செய்வதே சிறந்தது என்பதைப் பிள்ளைகள் தானாக உணரும்படி செய்யவேண்டும். இதை அவர்கள் ஏழாவது வரும் முன்பே செய்ய வேண்டும். அதாவது பதின்பருவம் வரும்முன்பு. ஆனால் நீங்களோ, அப்போது அவர்களுக்கு செல்ஃபோன் வாங்கித் தருகிறீர்கள். ஃப்ரீ டேட்டா. அவன் அதில் என்ன செய்கிறான் என்று யாராவது பார்க்கிறீர்களா? ஆபாசப் படம்தான் அவன் பார்க்க வேண்டுமென்பதில்லை. அவனது இருபதுகளில் அதையும் அவன் பார்க்கத்தான் செய்வான். உங்களால் தடுக்க முடியாது.

'சிறை காக்கும் காப்பெவன் செய்யும்? மகளிர் நிறை காக்கும் காப்பே காப்பு' என்பது குறள். சிறையில் போட்டுப் பூட்டினாலும், காவலரோடு ஓடிப்போகும் வாய்ப்புள்ளது. ஆதலால், 13 வயதிலிருந்து, அவர்களுக்கு நீங்கள் தாய் தந்தை என்பதை மறந்து, நண்பராக மாறுங்கள். இல்லையெனில், தவறான நண்பர்களை அவர்கள் தேர்ந்தெடுப்பார்கள்.

ஒரு 16 வயதுப் பெண், 'அப்பா, எனக்கு அந்தப் பையன் லவ் லெட்டர் கொடுத்தான்' என்று சொல்லும்போது, 'எருமை மாடு, நீ இப்படி டிரஸ் செய்து கொண்டு, லிப்ஸ்டிக்கைத் தேய்த்துக் கொண்டு போனால் வேறே என்ன கிடைக்கும்' என்று கடிந்தால், அடுத்த லெட்டர் வரும்போது, அந்த விஷயம் உங்களிடமிருந்து மறைக்கப்படும்.

'அப்படியா கண்ணு, எல்லாப் பயலும் கொடுப்பாங்க. அப்பாவே நாலு லெட்டர் கொடுத்திருக்கேன். உங்க அம்மா நல்ல சிவப்பா அழகா இருக்காளா, அவளுக்கு 20க்கு மேலே லெட்டர் வந்திருக்கு. இந்த வயசிலே எல்லாரும் அப்படித்தாம்மா கொடுப்பாங்க. வாங்கி ஒரு ஓரமாப் போடு. நாம பரிட்சைக்குப்

படிக்கணும். முன்னேறணும். இதுக்கெல்லாமா நமக்கு நேரமிருக்கு? நீ படிச்சு டாக்டரா, இன்ஜினியரா மேலே வா. உனக்காக ஆயிரம் பேர் கியூவில நிற்பாங்க. அப்போ நீயே நல்லவனாப் பார்த்து செலக்ட் பண்ணிக்கலாம்மா' என்று சொல்லுங்கள். அப்போது அவர்களுக்குப் புரியும்.

நீங்கள் கண்டிக்க ஆரம்பித்தால், அவர்கள் மறைக்கத் துவங்குவார்கள். எந்த சிபிஜ, ரா வந்தாலும் கண்டுபிடிக்க முடியாது. ஆகையால் அவர்களுக்கு நீங்கள் நண்பனாக மாறுங்கள். இந்திய அரசியல் சாசனம், அவரவர் மதத்தைப் பின்பற்றவும் பரப்பவும் உரிமை வழங்குகிறது. அவங்க பரப்பி உங்க வீட்டுக்குள்ளே வரும் வரையிலும் நீங்கள் என்ன செய்துகிட்டிருக்கீங்க? நீங்கள் உங்கள் மதத்தை உங்கள் வீட்டுக்குள் பலப்படுத்துங்கள்.

நமக்கு அடுத்த தலைமுறை, ஜாதி, மத வேறுபாடின்றித் திருமணங்கள் செய்து கொள்கிறது. ஆனால் அவர்களால் அம்மா அப்பாவை மாற்றிவிட முடியுமா? நமது சமுதாயத்தில், பெற்றோரை மதிக்கக் கற்றுத் தரும் வீடுகளில் இது நடக்க வாய்ப்பில்லை. உங்கள் மதத்தின் பெருமைகளை உங்கள் அடுத்த தலைமுறைக்குச் சொல்லிக் கொடுங்கள். பிரசாரம் என்பது அவர்கள் உரிமை. அதை நாம் தடுக்க முடியாது. நீங்கள் உங்கள் சுவரைப் பலமாக்காவிட்டால், உங்கள் கதவைத் திறந்து வைத்திருந்தால், எல்லாமே உள்ளேயும் வரும், வெளியேயும் போகும்.

•

- 6 -

தனிஷ்க்குக்குத் தேவையா தத்துவம்?

இங்கு நாம் இரண்டு விஷயங்கள் பற்றிப் பார்க்க இருக்கிறோம். ஒன்று ஜாதி. இன்னொன்று மதம். சமீபத்தில் தூத்துக்குடி மாவட்டத்தில் நடந்த ஒரு சம்பவம். ஆடு மேய்க்கும் இருவருக்கிடையில் ஒரு தகராறு. ஒருவர் பெயர் பால்ராஜ். பட்டியல் இனத்தைச் சேர்ந்தவர். மற்றொருவர் சிவசங்கு. பால்ராஜின் ஆட்டுக்குட்டி சிவசங்குவின் கிடைக்குள் சென்றுவிட்டது. அதனால் வாய்த்தகராறு முற்றி, கைகலப்பாகி விட்டது. இதில், பால்ராஜைச் சிவசங்குவின் காலில் விழுந்து மன்னிப்புக் கேட்க வைத்திருக்கிறார்கள். செல்ஃபோன் வசதி இருப்பதால், ஒருவர் அதனை செல்ஃபோனில் படம் பிடித்துள்ளார். இப்போதெல்லாம், விபத்து நடக்கும் இடத்தில், காயம்பட்டவருக்கு உதவாமல், செல்ஃபோனில் படம் எடுப்பவர்கள்தான் அதிகம். ஆனால், இது ஆதாரம் காண்பிப்பதற்கு ஒரு வகையில் நல்லதுதான். வெளியே இந்த வீடியோ பரவி, காவல் துறையினர் நடவடிக்கை எடுத்துள்ளனர். எஸ்.பி பேட்டி கொடுத்துள்ளார். சிவசங்கின் குடும்ப உறுப்பினர்கள் எல்லோரும் கைது செய்யப் பட்டுள்ளனர். இதில், இரண்டு மூன்று விஷயங்கள் கவனிக்கத் தக்கவை.

ஆடு மேய்க்கும் தொழிலை ஒன்றாகச் செய்தாலும், அதிலும் வெவ்வேறு இனத்தவர்களிடையே ஈகோ தலை

விரித்தாடுவதைப் பார்க்கிறோம். பெரியாராக இருக்கட்டும், பெரியாழ்வாராக இருக்கட்டும், யாருமே அங்கு எட்டிப் பார்க்க முடியாதவாறு, ஆதிக்கச் சக்தி, மோதல் மனப்பான்மை அப்படியேதான் இருக்கிறது. நல்லவேளையாக இது ஒரு ஜாதிப் பிரச்னையாகப் பார்க்கப்படாமல், இரண்டு தனி நபர்களின் அறிவின்மையால் நடந்த சம்பவமாகப் பார்க்கப்பட்டது ஓர் ஆறுதல். ஆங்கில நாளேடுகள், இந்த இரண்டு ஜாதிகளின் பெயரையும் தலைப்புச் செய்தியில் குறிப்பிட்டு, செய்தி வெளியிட்ட அதிர்ச்சிச் சம்பவமும் நடந்தது. இங்கிலீஷ் பேப்பர் படித்தால் நல்ல அறிவு வளரும் என்றுதான் சொல்வோம். அவை மனப்பக்குவம் நிறைந்தவை என்று நினைத்துக் கொண்டிருக் கிறோம். இரண்டு சமூகத்தினரிடையே நடக்கும் பிரச்னைகளை, சமூகங்களின் பெயர் குறிப்பிடாமல் வெளியிடுவதுதான் எல்லா நாளேடுகளின் வழக்கம்.

இப்படி எல்லாம் நடந்தும்கூட, இது ஒரு பெரிய பிரச்னையாக உருவெடுக்காமல் இருப்பது, நமது சமூகத்தின் பக்குவத்தைக் காட்டுகிறது. ஜாதி வன்மமோ ஆதிக்க சக்தியோ இதற்கெல்லாம், அந்தந்தத் தனி நபர்களின் குறைபாடுகளும், மனப்பிறழ்வுகளும் தான் காரணம். எல்லா ஜாதியிலும் அற்புதமான மனிதர்களும் இருக்கிறார்கள். அற்பமான மனிதர்களும் இருக்கிறார்கள். எல்லா மதத்திலும் ஆச்சரியமான மனிதர்களும் இருக்கிறார்கள். நீசமான மனிதர்களும் இருக்கிறார்கள். அந்த மதமோ ஜாதியோ அதைப் போதிப்பதில்லை. தனி நபர்களின் இழி குணத்துக்கு சாயம் பூசக்கூடாது.

அடுத்ததாக ஒரு மதப் பிரச்னை நண்பர்களே! அக்டோபர் 9ஆம் தேதி தனிஷ்க் நிறுவனம் 40 செகண்டுகள் ஓடக்கூடிய ஒரு விளம்பரத்தை தொலைக்காட்சியில் வெளியிட்டிருந்தது. தனிஷ்க் பிராண்ட் நகை விற்பனை செய்யக்கூடிய ஒரு நிறுவனம். இதன் கிளைகள் இந்தியா முழுவதும் உள்ளன. இதில், ஏகத்துவம் என்ற பெயரில் ஒரு விளம்பரம்.

ஏகத்துவம் என்பது ஒரே சிந்தனை என்று பொருள் தரக்கூடியது. அந்த விளம்பரத்தில், ஒரு ஹிந்துப் பெண், ஒரு முஸ்லிம் குடும்பத்தில் வாழ்க்கைப்படுகிறாள். அவள் கர்ப்பம் தரிக்கிறாள். அப்போது அப்பெண்ணுக்கு நடத்தக்கூடிய ஒரு விசேஷத்தை, அந்த இஸ்லாமியக் குடும்பம், ஹிந்து முறைப்படியே செய்கிறது என்பதுதான் அந்த விளம்பரத்தின் தீம். மதப் பாகுபாடு

இல்லாமல் அவர்கள் ஒன்றாக இருப்பதைச் சுட்டிக்காடுகிறது. நகை விளம்பரமாக இருந்தாலும், ஒரு தீம் வைத்துச் செய்வது தான் இப்போதைய ட்ரெண்ட். வழக்கம்போல் சமூக வலைத் தளங்களில் இதற்கு வரிந்துகட்டி, அடித்துப் பிடித்துக் கொண்டனர். முஸ்லீமுடைய குடும்பத்தில் ஹிந்து மருமகள் இருக்கலாமா, ஏன், ஹிந்துக் குடும்பங்களில் முஸ்லிம் மருமகள் இருக்கக் கூடாதா என்று. இது லவ் ஜிஹாத்தைத் தூண்டக்கூடிய விஷயம். ஏற்கனவே, மதமாற்றங்கள், மதம் தாண்டிய திருமணங்கள் இங்கே நிறைய நடந்துகொண்டிருக்கின்றன. ஹிந்துக்கள் எல்லாருமே கிறிஸ்தவர்களாகவும் முஸ்லிம்களாகவும் மாறிக் கொண்டிருக்கிறார்கள். இவ்விளம்பரம் அதனை ஊக்குவிக்கக் கூடிய ஒரு சிந்தனையாக இருக்கிறதே தவிர, ஏகத்துவத்துக்கான சிந்தனை இல்லை என்றும் பிரச்னைகள் கிளம்பின. லைக்குகளை விட டிஸ்லைக்குகள் அதிகமாகி, யுடியூபில் போடப்பட்ட அதன் கமெண்ட்ஸ் அந்த நிறுவனத்தாலேயே ப்ளாக் செய்யப்பட்டுப் பிறகு நீக்கப்பட்டு, டாடா நிறுவனத்தால் அந்த விளம்பரமே திரும்பப் பெறப்பட்டுவிட்டது.

இந்த விளம்பரத்தில் என்ன பிரச்னை என்பதைப் பார்ப்போம். ஒன்று, இது போன்ற திருமணங்கள் அந்தந்தத் தனி நபர்களின் விருப்பத்தைச் சார்ந்தவை. ஹிந்துவோ, பட்டியலினமோ, முஸ்லிமோ, பிற இனமோ, அந்தந்த மனிதர்களும் அவர்கள் குடும்பமும் சம்மதித்து, என்ன செய்ய வேண்டுமோ அதைச் செய்வதுதான் நியாயம். அதை விட்டு, வர்த்தகம் செய்யும் ஒரு நிறுவனம், தத்துவம் பேசினால், விளம்பரப் படம் என்பது பிரசாரப் படமாக மாறிவிடுகிறது. இந்தப் பிரசாரம், நகைக்கா அல்லது மத மாற்றத் திருமணங்களுக்கா என்ற கேள்வியும் எழுந்துவிடுகிறது.

நகைக்கடை தனது நகைகளின் தரம், அளவு, செய்கூலி, சேதாரம், டிசைன்ஸ் இதைப் பற்றியெல்லாம் சொன்னால் எல்லோரும் பார்ப்பார்கள், வாங்குவார்கள். அதை விட்டுத் தத்துவம் பேசுகிறேன் என்று கிளம்பினால், ஏற்பவர்கள், வெறுப்பவர்கள் என்று இரு தரப்பினர் அடித்துக்கொண்டு, நிறையச் செலவழித்து எடுக்கப்பட்ட விளம்பரம் திரும்பப் பெறப்பட்டு நஷ்டம் ஏற்பட்டதுதான் மிச்சம். இதனை நிறுத்தச் சொல்லி ஒரு பிரசாரமும், நிறுத்திய பிறகு ஐயோ, நிறுத்திவிட்டார்களே என்று வேறொரு பிரசாரமும் - அதாவது, இவ்வளவுதான் உங்கள் ஏகத்துவமா என்ற கேலி- ஆக மொத்தம், டாடா குழுமத்தினர்

இதைச் செய்திருக்க வேண்டியதில்லை என்பதுதான் பலரின் அபிப்ராயமாக இருக்கிறது.

இது விதிவிலக்காக நடக்கக்கூடிய ஒரு சம்பவம். இஸ்லாமியக் குடும்பத்தில் ஒரு ஹிந்துப் பெண் வாழ்க்கைப்பட நேரும்போது, அவள் முஸ்லீமாக மாற்றப்படுவாள் என்பதுதான் 99.99% வழக்கம். விதி விலக்கான சம்பவங்கள் மிகச் சிலவற்றை நம் ஊரிலேயே பார்க்கிறோம்.

பெரும்பாலும் அப்பெண் ஹிந்துவாகத் தொடர்வது என்பது கிட்டத்தட்ட சாத்தியமில்லாதது. இன்னும் சொல்லப் போனால், ஒரு ஹிந்து ஆண் ஒரு முஸ்லிம் பெண்ணைத் திருமணம் செய்தால், அவரும் முஸ்லிமாக மாறக்கூடிய சாத்தியக்கூறுகளே இங்கு அதிகம். கிறிஸ்தவத்திலும், ஹிந்து ஆணோ, பெண்ணோ கிறிஸ்தவர்களை மணம் செய்தால், அவர்களும் கிறிஸ்தவர்களாக மாறிய பின்பே மணம் செய்ய முடியும் என்பதுதான் இங்கு 90% நடக்கிறது. மிகச் சில இடங்களிலேயே இதற்கு மாறாக நடக்கிறது. அப்போது, இந்த விளம்பரத்தில், வழக்கத்துக்கு மாறான காட்சிகளைப் பார்க்கும்போது, பலருக்குக் கிலேசம் உண்டாகும். இதனை ஊக்குவிக்கிறார்களோ என்ற சந்தேகம் ஏற்படுகிறது.

இவர்கள் ஏகத்துவத்தை மட்டும் மனதில் கொண்டிருந்தால், இரண்டு விளம்பரங்களாக இதனை எடுத்திருக்கவேண்டும். ஒரு ஹிந்துக் குடும்பத்தில் முஸ்லிம் மருமகள் இருக்கும்படியும், அவர்கள், முஸ்லிம் வழக்கப்படி சடங்குகளை நடத்துவதாகவும் காண்பித்திருந்தால், ஏகத்துவத்துக்கு ஓர் அர்த்தம் கிடைத்திருக்கும். ஒரே நேரத்தில், நாளில் இந்த விளம்பரங் களைப் போட்டிருந்தால், 'எங்களுக்கு மத வேறுபாடுகள் இல்லை' என்பதை நிலைநிறுத்தியிருக்கலாம். எதிர்ப்புகளுக்கு லாஜிக் இல்லாமல் போயிருக்கும். ஏற்கனெவே, இந்த லவ் ஜிஹாத் என்பது இந்தியா முழுக்க டிரெண்ட் ஆகி, சுப்ரீம் கோர்ட் வரைக்கும் போய் நிற்கிறது. எனக்கு இதில் ஒரு தெளிவு பிறக்கவில்லை. எனக்கு கன்விக்ஷன் ஏற்படும் வரையில், இதைப் பற்றிக் கருத்துச் சொல்வது சரியில்லை. இது போல்தான் 'கொரோனா ஜிஹாத்' என்று கிளப்பிவிட்டார்கள். அதில் எனக்கு உடன்பாடு இல்லை என்று அப்போதே சொன்னேன். 'இது போல்தான் மதத் துவேஷத்தைக் கிளப்புவீர்களா' என்று சுப்ரீம் கோர்ட் கேட்டது. பல இஸ்லாமிய நண்பர்கள் இதனால் எவ்வளவு துன்பப்பட்டார்கள் என்பது எனக்குத் தெரியும்.

'கொரோனா ஜிஹாத்' என்னும் வார்த்தைப் பிரயோகம் தப்பு என்று நான் பதிவு செய்த போது, என்னுடைய இஸ்லாமிய நண்பர் ஒருவர் எனக்கு ஃபோன் செய்து அழுதார். இதுபோன்ற குற்றச்சாட்டுக்களால் அவர் மனம் எவ்வளவு துன்பப் பட்டிருக்கும் என்பதை உணர்ந்தேன்.

லவ் ஜிஹாத் என்பது இப்போது சர்ச்சைக்குரிய ஒரு விவாதப் பொருளாக ஓடிக்கொண்டிருக்கிறது. எந்த அளவில் உள்ளது என்பதை இன்னும் நான் ஆராய்ந்துதான் சொல்ல முடியும். விதி விலக்குகளை, விதியாக மாற்றும்போதுதான் இது போன்ற பிரச்னைகள் எழுகின்றன.

ஹிந்து மதத்தைச் சேர்ந்தவர்கள், எந்த மதத்தில் திருமணம் செய்தாலும், அவர்கள்தான் பெரும்பான்மையாக மதம் மாறுகிறார்கள். விதிவிலக்கான சில நேரங்களில் சில பேர் அப்படி மாறாமல் இருந்திருக்கலாம். அதைப் பெரிதாக்கும்போதுதான் பிரச்னை எழும். டிவி, சினிமா, விளம்பரம் இது மாதிரியான எல்லாமே விதிகளை நம்பித்தான் நடக்கின்றன. இப்போது, வயதானவர் என்றால் தாடி வைத்திருப்பார். தலைமுடி நரைத்திருக்கும். 'டை' அடிக்க மாட்டார்கள். முஸ்லிம் என்றால் தாடி வைத்திருப்பார், குல்லா போட்டிருப்பார், லுங்கியை முழங்காலுக்கு மேல் கட்டியிருப்பார் என்று காட்டுவார்கள். இன்று நாம் ஜீன்ஸ் போட்ட, தாடி வைக்காத, குல்லா போடாத பல முஸ்லிம்களைப் பார்க்கிறோம். அடையாளத்துக்காகச் சிலவற்றை விதியாக்குகிறார்கள். விதி விலக்குகள் விதியாக்கப் படும்போது சர்ச்சையாகிறது.

எனது நண்பர் ஒருவர், முஸ்லிம் பெண் ஒருவரைத் திருமணம் செய்தார். அந்தப் பெண் 'நான் ஹிந்துவாக மாறிவிட்டேன்' என்று சொன்னார். ஹிந்து முறைப்படி திருமணம் நடந்தது. ரொம்ப காலம் அமைதியாகத்தான் வாழ்ந்தார்கள். அமெரிக்காவில் செட்டில் ஆனார்கள். அவர் உடல் நலக்குறைவு காரணமாக இறந்துவிட்டார். ஆரம்பத்தில் ஹிந்துவாக வாழ்வது போல் இருந்தாலும், இறப்பதற்கு முன்பே அவர் முஸ்லிமாக மாறிவிட்டார். மெது மெதுவாக அவரது பிள்ளைகளும், மனைவியும் இப்போது முழுக்க முழுக்க முஸ்லிம்களாக வாழ்கிறார்கள். அது அவரவர்களுடைய விருப்பம்.

சமீபத்தில் ஒரு பிரபலமான நபர் முஸ்லிமாக மாறினார். இதை நாம் கேள்வி கேட்க முடியாது, கேட்கவும் கூடாது. சினிமாக்

காரர்கள், படைப்பாளிகள், எழுத்தாளர்கள் ஆகியோர் இந்த மத மாற்றத்தைக் கையில் எடுக்கலாம். அது அவர்களின் சமூகப் பார்வை. விளம்பரத்தில் இதைப் புகுத்தும்போதுதான் சிக்கலாகிறது. புஹாரி ஓட்டல் இஸ்லாமியரின் கடை என்று யாரும் பார்ப்பதில்லை. ஹிந்துக்கள், முஸ்லிம்கள் எல்லோரும் அங்கு சாப்பிடுகிறார்கள். நல்ல நான்-வெஜ் கிடைக்கும் என்று லட்சக்கணக்கில் அங்கு சாப்பிடுகிறார்கள். அதேபோல், சரவண பவனில், லட்சக்கணக்கான முஸ்லிம்களும் வந்து சாப்பிடு கிறார்கள். அங்கே சுற்றி முருகன் படம், வாரியார் படம் மாட்டியிருக்கும். அங்கு அவர்கள், உணவை மட்டும்தான் விநியோகம் செய்கிறார்கள். முஸ்லிமா, ஹிந்துவா, கிறிஸ்தவரா என்று பார்ப்பதில்லை. அங்கே தத்துவம் பேசிக்கொண்டு, ஏகத்துவம் பரப்புகிறேன், இஸ்லாத்தைப் பரப்புகிறேன் என்று ஆரம்பித்தார்களேயானால், அப்போதுதான் ஒரு பாகுபாடும் சர்ச்சையும் வரும்.

இவர்களும், நகைகளின் தரம், விலை இவற்றைப் பற்றி மட்டும் சொல்லியிருந்தார்கள் என்றால், பிரச்னை எழுந்திருக்காது. இதில் நிறையப் பேர் உருப்படியான கருத்துகளைச் சொல்லி இருந்தார்கள். சிலர் உளறலான கருத்துகளையும் சொல்லி இருந்தார்கள். நடிகை கங்கனா ராவத் தடாலடியாக உள்ளே புகுந்து, 'இதில் வெறும் மதமாற்றக் கருத்துகள் மட்டும் சொல்லப்படவில்லை. பெண்களுக்கு எதிராகவும் இருக்கிறது' என்றார். எப்படி என்றால், 'கர்ப்பமாகிய பிறகுதான் அக்குடும்பம் அந்தப் பெண்ணை அங்கீகரிக்கிறது' என்றார். அப்படி ஆதாரம் எதுவும் அந்த விளம்பரத்தில் காணப்பட வில்லை. கர்ப்பமாவதற்கு முன்பு என்று அதில் எதுவும் காண்பிக்கப்படவில்லை. இவர்களாக ஒரு விளக்கம் கொடுக்கிறார்கள். 'பெண்கள் வெறும் பிள்ளை பெறும் இயந்திரமா' என்று கேட்கிறார். எல்லாவற்றுக்கும் அனர்த்தம் கண்டுபிடிக்க வேண்டியதில்லை.

ஒரு விளம்பரம் நமக்கு நஷ்டம் வராமல், லாபம் வருவது எப்படி என்பதில்தான் கவனம் செலுத்த வேண்டும். நாம் ஒன்றும் 'அலைகள் ஓய்வதில்லை' சினிமா எடுக்கவில்லை. அது வேறு. படைப்பில் தத்துவம் பேசலாம். இதுவோ வியாபாரம். இரண்டுக்கும் இடையில் நாம் தெளிவாக இருக்கவேண்டும். வியாபாரத்தில் தத்துவம் பேசப் போய், விளம்பரப் படம் எடுத்த பணமும் நஷ்டமாகி, பேரும் கெட்டு, மன்னிப்புக் கேட்க வேண்டிய நிலை வந்துவிட்டது.

இதன் மூலமாக இரண்டு விஷயங்கள் தெளிவாகின்றன. ஒன்று, இதற்கு முன், சிறுபான்மை இனத்தவரைப் பற்றிப் பேசினால் மட்டுமே, எதிர்வினை ஆற்றப்பட்டது. இப்போது பெரும்பான்மையினரைப் பற்றிப் பேசினாலும், அதற்கும் எதிர்வினை வருகிறது என்பது தெளிவாகிறது. ஏதாவது செய்யலாமா வேண்டாமா என்று படைப்பாளிகளே கவலைப் படும் அளவுக்கு, கத்தி மேல் நடப்பது போன்ற நிலை ஆகிவிட்டது. இக்குழப்பத்துக்கு காலப்போக்கில் ஒரு தெளிவு பிறக்கும்.

மற்றொன்று, சம்பந்தமில்லாத நபர்கள், சம்பந்தமில்லாத விஷயங்களை, சம்பந்தமில்லாத நேரத்தில் பேசும்போது, சம்பந்தமில்லாத பிரச்னைகள் வருகிறது. இதுவும் முக்கியமான விஷயம். அவரவர், தனது வேலைகளை மட்டும் பார்த்தால், நல்லது. தேவையில்லாமல் ஆளாளுக்குத் தத்துவம் பேசும்போது சிக்கல்.

ரஜனிகாந்தின் 'வள்ளி' படத்தின் ஒரு வசனம் நினைவுக்கு வருகிறது. ஓர் அரசியல்வாதி அப்படத்தில் பேசுவார் 'மாணவர்களே! நீங்கள் அரசியலில் இறங்காதீர்கள். அரசியல் வாதிகளாகிய நாங்கள் என்றைக்காவது படிப்புப் பக்கம் வந்திருக்கிறோமா' என்று. மதம் பற்றிய விஷயங்களை மதகுருமார்கள் அணுகுவதும், தத்துவம் பற்றிய விஷயங்களை தத்துவவாதிகள் அணுகுவதும், அரசியல் பற்றிய விஷயங்களை அரசியல்வாதிகள் அணுகுவதும், சாமான்ய மக்கள் ஓட்டுப் போடும்போது தங்களுடைய பலத்தைக் காட்டுவதும் ஆகிய, அவரவர்கள் எல்லைக்குள் இருப்பது நல்லது. மாறாக யாரோ ஒருவர் சிந்தித்திருக்கிறார். இது போன்ற விளம்பரங்களைப் போட்டால் முஸ்லிம்களும் வருவார்கள், ஹிந்துக்களும் வருவார்கள் என்று. இப்போதோ இருவருமே வராமல் போகும் அபாயம்தான் நிற்கிறது.

நாம், நம் வரையறைகளைத் தெரிந்துகொண்டு, சமூகம் எனும் குளத்தில் கல்லெறியாமல் இருந்தால் அக்குளம் அமைதியாகவும் எல்லோருக்கும் அமைதி தரக்கூடியதாகவும் இருக்கும்.

●

- 7 -

பெண்களை மதித்தாரா பெரியார்?

சில நாட்களாகத் தொலைக்காட்சிகளில் நடக்கும் விவாதங்களில், பெண்கள் இழிவுபடுத்தப்படுகிறார்கள், குறிவைக்கப்படுகிறார்கள் என்று ஒரு சர்ச்சை எழுந்தது. ஊடக விவாதங்களில் 'ஹிந்துத்வா அரசியல்வாதிகளின் பெண் வெறுப்பு அரசியல்' என்ற தலைப்பில் அனைத்துப் பெண்கள் கூட்டமைப்பைச் சேர்ந்த பெண்கள் கண்டனம் தெரிவித்திருந் தார்கள். இது போன்ற பிரச்னையில் சிக்கிய ஒரு பெண் அரசியல்வாதியின் ட்வீட்டைப் பார்த்தேன். இப்போது பார்த்தால் அந்த ட்வீட்டையே காணவில்லை. ஏன் அதை எடுத்துவிட்டார் என்று விளங்கவில்லை. பரவாயில்லை. எனக்கு ஒரு லாபம் கிடைத்தது. பெரியார் உண்மையில் அப்படி என்னதான் சொன்னார் என்று தெரிந்துகொள்ளலாம்.

பெண்கள் அமைப்பு இது தொடர்பாக ஒரு கருத்தைச் சொல்லியிருந்தது. 'இது போன்ற கருத்துகளைச் சொல்பவர்கள் எல்லாரும் கடைந்தெடுத்த ஹிந்துத்வவாதிகள்' என்று. வடிகட்டின பொய், கடைந்தெடுத்த திருடன் என்பதெல்லாம் மோசமாகத் திட்டுவதற்கு உபயோகிப்போம். அதனை ஏதோ ஓர் அவச்சொல் போல ஹிந்துத்வவாதி என்ற சொல்லுக்கு முன்பு பயன்படுதியிருக்கிறார்கள். பரவாயில்லை, அவர்களது நாகரிகம் அப்படிப்பட்டதாக இருக்கிறது. 'ஹிந்துத்வத்தின் பெண்களைப் பற்றிய பிற்போக்கான கருத்துகளைத்தான் இவர்கள் பிரதிபலிக்

கிறார்கள்' என்று கூறியிருந்தனர். அதாவது ஊடகங்களில் பெண்களைப் பற்றி மாறான கருத்துகளைச் சொல்பவர்கள் அனைவரும் கடைந்தெடுத்த ஹிந்துத்வவாதிகள். ஹிந்து மதத்தின் கருத்துகளையே வெளிப்படுத்துகிறார்கள். கடைசியில், அந்த அறிக்கை ஒரு கார்டுடன் முடிவடைகிறது. அதில், 'ஒரு பெண்ணைத் தைரியமாக எதிர்கொள்ள முடியாத ஆண், அவளின் நடத்தை மீது கேள்விகளை எடுத்துவைப்பான் என்று சொல்லி கீழே 'பெரியார்' என்று போட்டிருக்கிறது. அவர் படமும் இருந்தது.

எனக்கு இந்த இடத்தில்தான் ஒரு பெரிய வியப்பு ஏற்பட்டது. ஓஹோ, பெண்ணைப் பற்றிப் பெரியார் இப்படிச் சொல்லி இருக்கிறாரா என்று. அப்போது, கடைந்தெடுத்த ஹிந்துத்வ அரசியல்வாதிகள்தான் பெண்களை மோசமாக நடத்தி இருக்கிறார்கள். அப்போது, பெரியார் பெண்களை எப்படி நடத்தியிருக்கிறார் என்று பார்ப்போமே என்று ஆராய்ந்தபோது, நிறைய 'நல்ல' விஷயங்களெல்லாம் கிடைத்தது.

செப்டம்பர் 2019-ல் ஐயா வீரமணி அவர்கள், பிபிசி தமிழுக்கு ஒரு பேட்டி கொடுக்கிறார். அதில் பெரியார் சொன்னதாக திக தலைவர் சொல்கிறார், 'பாசத்துக்காக பிள்ளை பெத்துக்கணும்னு என்ன அவசியம் இருக்கிறது? என்ஜாய்மெண்ட் வித்தவுட் ரெஸ்பான்சிபிலிட்டி' என்று ஐயா அடிக்கடி சொல்லுவார்'. இதுக்கு என்ன அர்த்தம் என்பதை நீங்களே புரிந்துகொள்ளுங்கள். நான் எதுவும் சொல்ல விரும்பவில்லை.

1928-ல் செங்கல்பட்டில் முதல் சுயமரியாதை மாநாடு நடக்கிறது. அதற்கான அழைப்பிதழில் பெரியார் சொன்னதாக இதனைப் போட்டிருக்கிறார்கள். 'தனியாக வாழும் பெண்கள், விதவைகள், விபசாரிகள் என்று தம்மைக் கருதிக்கொள்வோர் சிறப்பாக இந்த மா நாட்டில் பங்கேற்க வேண்டும்'.

இதை 'விகடன்.காம்'-ல் 2016 மார்ச் 7ம் தேதி பிரசுரித்துள்ளார்கள். அதே கட்டுரையில், பெரியார் சொன்னதாகக் குறிப்பிடப் பட்டிருப்பது: 'பல மனைவிகளை உடைய தெய்வங்களை விமர்சிக்கும் சுய மரியாதை இயக்கம், ஒரு மனைவி இருக்கும்போது வேறு ஒரு பெண்ணை மணப்பதை ஏற்கிறதா' என்று ஒரு கூட்டத்தில் பெரியாரிடம் கேட்கப்பட்டது. அதற்குப் பெரியாரின் பதில் இது. 'கடவுள்களை விமர்சிப்பதாலேயே அவர்களின் எல்லாச் செயலையும் கண்டிப்பதாக ஆகாது. பலதார

மணத்தை நாங்கள் வரவேற்கிறோம். இதே உரிமை பெண்களுக்கும் இருக்க வேண்டும்.'

நன்றாகக் கவனிக்க வேண்டும், இது மறுமணம் பற்றிய கருத்தல்ல. மனைவியோ, கணவனோ இறந்துவிட்டால், இன்னொரு திருமணம் என்பது இல்லை இது. பல புருஷத் திருமணம். எத்தனை பேரை வேண்டுமானாலும் கல்யாணம் செய்துகொள்ளலாம். ஆண்கள் மட்டுமல்லாமல், பெண்களும் எத்தனை ஆண்களை வேண்டுமானாலும் திருமணம் செய்யலாம் என்று சொன்னார் என்று விகடன் கட்டுரை சொல்கிறது. இது பெண்களுக்கு ஏற்புடையதுதானா, பெண்களை பெரியார் எத்தனை தூரம் மதித்தார் என்பதற்கு இது சான்றா என்று பெண்கள்தான் சொல்ல வேண்டும்.

பெண்ணுரிமை தொடர்பாக குடியரசு நாளிதழில் வெளியான சில கட்டுரைகள் கிடைத்தன. அவை என்னவென்பதைப் பார்ப்போம்: '1. ஆண்மை அழிய வேண்டும். 2. முஸ்லிம் பெண்களும் அடிமைகள்தான். 3. பர்தாவின் கொடுமை. 4. கத்தோலிக்க மதமும் பெண்களும். 5.பெண்கள் நாடு ஆண்களுக்கு வேலையில்லை. 6. பெண்களும் தொழிலாளிகளே.'

இதெல்லாம் பெண்களைப் போற்றக்கூடிய விஷயம்தானா என்பதை உங்கள் முடிவுக்கே விட்டு விடுகிறேன். 'விடுதலை.இன்' என்னும் அவர்கள் வலைத்தளத்தில், 2018 அக்டோபர் 1-ல் திரு வீரமணி அவர்களின் கட்டுரை. தலைப்பு 'பெரியார் வென்ற பெண்ணுரிமைக் களங்கள்'. அதில் வீரமணி சொல்கிறார்: 'பெரியார், திருமணமே ஒரு தண்டிக்கப்பட வேண்டிய குற்றம் என்கிறார்'. திருமணம் வேண்டாம் என்றிருப்பவர்களைப் பற்றிச் சொல்லவில்லை. திருமணம் செய்துகொள்பவர்கள் தண்டிக்கப்பட வேண்டும் என்கிறார்.

'கீற்று.காம்' என்பது, இடதுசாரி சிந்தனையுள்ள ஒரு வலைப்பத்திரிகை. அதில் 'நிமிர்வோம்' என்ற தலைப்பில் எழுத்தாளர் ரமணி எழுதுகிறார். டிசம்பர் 2019-ல் வந்த கட்டுரை. அதில், 'நம் பெண்கள், நாட்டுக்கும், சமூகத்துக்கும் பயன் படாமல், அலங்கார பொம்மைகளாக, ஆண்களின் கண்களுக்கு விருந்தானதற்குக் காரணம், இந்தப் பாழாய்ப்போன, ஒழுக்கமற்ற சினிமாப் படங்களே. சினிமாப் பெண்களின் தன்மை என்ன? ஒழுக்கமென்ன? வாழ்க்கை என்ன?' என்று, பெரியார் சொன்னதாக அக்கட்டுரை குறிப்பிடுகிறது.

திருமதி குஷ்பு போன்ற அரசியலில் இருக்கக்கூடிய, பெரியார் கொள்கைகளை ஏற்கக்கூடிய, சினிமாவிலும் இருக்கக் கூடியவர்கள், இதை ஏற்கிறார்களா என்பதைச் சொல்ல வேண்டும்.

மற்றொரு கட்டுரை . 'துணி விலை ஏறிவிட்டதற்கு, இப்போது ப.........ளெல்லாம் ரவிக்கை போடுவதுதான் காரணம்' என்று பெரியார் கூறினார். இது 1963-ல் நவம்பர்-டிசம்பரில், அம்பேத்கர் மாத இதழில் வந்துள்ளது. அப்போது பெரியார் உயிருடன் இருந்தார். அப்படிப் பெரியார் சொல்லவில்லை என்று யாராவது நிரூபித்தால், நான் மகிழ்ச்சியுடன் ஏற்கத் தயாராக இருக்கிறேன்.

இதுபோல், ஒரே ஒரு ட்வீட்டுடைய புண்ணியத்தில் நான் தேடிப் போகும்போது, அதிகமாகக் குறிப்பிடக்கூடிய, 'பெண் ஏன் அடிமையானாள்' என்ற புத்தகம் படிக்க வாய்ப்பு கிடைத்தது. எல்லாரும் மேற்கோள்காட்டக்கூடிய, 80 பக்கங்கள் கொண்ட பெரியார் எழுதி புத்தகம் அது. பெண்களைப் பற்றிப் புரட்சி கரமான கருத்துகள் கொண்டது என்று கூறப்படுவது. அப்புத்தகத்தை முழுமையாகப் படிக்கக்கூடிய பாக்கியம் கிடைத்தது.

'பெண் ஏன் அடிமையானாள்' என்னும் தலைப்பில் பெரியார் என்ன சொல்கிறார் என்பதைப் பார்ப்போம்.

'சில சமூகங்களில், பர்தா என்றும், கோசா என்றும், திரை என்றும், அதாவது, பெண்கள், அறைக்குள் இருக்க வேண்டியவர்கள் என்றும், முகத்தை மூடிக்கொண்டு வெளியில் போகவேண்டியவர்கள் என்றும் ஏற்படுத்தப்பட்ட கொள்கைகளும், புருஷன் பல பெண்களை மணக்கலாம், பெண்கள் ஒரு புருஷனுக்கு மேல் ஏக காலத்தில் கட்டிக்கொண்டு வாழக்கூடாது என்ற கட்டுப்பாடுகளும் இருந்து வருகின்றன'. (பக்கம் 12).

பெரியார் இயக்கத் தோழர்களோடு தோளுக்குத் தோளாக நிற்கும் இஸ்லாமியச் சகோதரர்களுக்கு இது ஏற்புடையதுதானா என்று தெரிந்துகொள்ள ஆசைப்படுகிறேன்.

'ஆழ்ந்து யோசித்துப் பார்த்தால், காதல் என்பதின் சத்தற்ற தன்மையும், உண்மையற்ற தன்மையும், நிச்சயமற்ற தன்மையும், காதலைப் பிரமாதப்படுத்துவதின் அசட்டுத் தனமும் எளிதில் விளங்கிவிடும்.' (பக்கம் 24)

காதல் என்பது பொருளற்றது, காமெடி என்கிறார். மற்றொன்றும் அதே பக்கத்தில் சொல்லப்படுகிறது.

'இந்தக் காதல் காரணத்தினாலேயே, ஒரு புருஷன் ஒரே மனைவியுடனும், ஒரு மனைவி ஒரே புருஷனுடனும் மாத்திரம் இருக்கவேண்டும் என்றும் கற்பித்து கட்டாயப்படுத்தி வரப்படுகிறது'.

என்னப்பா இது அக்கிரமம் என்று பெரியார் வேதனைப் படுகிறார்.

'இன்னும் சிறிது வெளிப்படையாய், தைரியமாய், மனித இயற்கையையும், சுதந்திரத்தையும், சுபாவத்தையும், அனுபவத்தையும், கொண்டு பேசுவதானால், இவை எல்லாம், ஒரு மனிதன், தனக்கு இஷ்டமான ஒரு ஒட்டலில் சாப்பிடுவது போலவும், தனக்குப் பிடித்த பலகாரக்கடையில் பலகாரம் வாங்குவது போலவும், அவனுடைய தனி இஷ்டத்தையும், மனோபாவத்தையும், திருப்தியையும் மாத்திரமே சார்ந்தது.' (பக்கம் 25).

எந்தப் பெண், எந்த ஆண் என்று தேர்ந்தெடுப்பதற்கு, எந்த மாதிரியான உதாரணங்கள் சொல்லப்படுகிறது பாருங்கள். ஓட்டலிலும், ஸ்வீட் ஸ்டாலிலும் சாப்பிடுகிற மாதிரி. உங்களுக்கு என்ன பிடிக்குமோ அதை எடுத்துக் கொள்ளுங்கள், சாப்பிடுங்கள் எனும் அந்த உதாரணம் உங்களுடைய கவனத்துக்காக.

'எப்படிப் பெண்கள் தங்கள் கால் விரல்களைப் பார்த்து நடப்பதுதான் கற்பு என்றால், பெண்கள் அதுபோல் எல்லாம் நடப்பது போல் நடித்து, தங்களைக் கற்புள்ளவர்கள் போல் காட்டிக் கொள்கிறார்களோ அதுபோல.....'

'புருஷன், மனைவி என்ற வாழ்க்கையானது நம் நாட்டில் மட்டுமே நடக்கும் கொடுமை. வேறு எந்த நாட்டிலும் கிடையவே கிடையாது. நமது கலியாணத் தத்துவங்கள் எல்லாம் சுருக்கமாய்ப் பார்த்தால், பெண்களை ஆண்கள் அடிமையாகக் கொள்வது தவிர வேறு ஒன்றுமே கிடையாது.' (பக்கம் 30-32).

இதை மிகவும் சீரியஸாகச் சொல்கிறார்.

'நமது சீர்திருத்தவாதிகள் பலர், ஒரு மனிதன் இரண்டு பெண்டாட்டிகளைக் கட்டிக்கொள்வதைப் பற்றி மாத்திரம்,

குடிமுழுகிப்போய்விட்டது போலக் கூச்சல் போடுகிறார்கள். இவர்கள் எதை உத்தேசித்து இப்படிக் கூச்சல் போடுகிறார்கள் என்று விளங்கவில்லை.' (பக்கம் 34).

இரண்டு பெண்டாட்டியைக் கட்டுவதில் உனக்கு என்ன பிரச்னை? புரியவில்லை என்கிறார். சீர்திருத்தவாதிகளே இப்படிச் சிக்கல் செய்தால் எப்படி என்கிறார்.

'விவாகரத்துச் சட்டம் ஏற்படாமல் போனால், கல்யாண மறுப்புப் பிரசாரமும், கல்யாணமான புருஷர்களுக்கும், பெண்களுக்கும், பலதாரப் பிரசாரமும்தான் செய்யவேண்டி வரும். அன்றியும் இது சமயம், ஒற்றுமைக்கும், திருப்திக்கும், இன்பத்துக்கும் உதவாத பெண்களுடைய புருசர்கள் தைரியமாக முன் வந்து, தங்களுக்கு இஷ்டமான பெண்களை திரும்பவும் மணம் செய்து கொள்ளத் துணிய வேண்டும் என்றும் தூண்டுகிறோம்' (பக்கம் 35)

அதாவது, ஒழுங்கு மரியாதையாய் விவாகரத்துச் சட்டம் கொண்டு வாருங்கள். இல்லையென்றால், கல்யாண மறுப்புப் பிரசாரமும், அல்லது ஆளாளுக்குப் பல விவாகம் செய்யலாம் என்றும் போராடுவோம் என்று அன்புடன் பயமுறுத்துகிறார். 'உதவாத பெண்களை ஒதுக்கி விட்டு, பிடித்த பெண்களை மறுமணம் செய்யத்' தூண்டுவாராம்.

'மனிதன் இருக்கும் வரை அனுபவிக்க வேண்டியது இன்பமும், திருப்தியும் ஆகும். இதற்கு ஆணுக்குப் பெண்ணும், பெண்ணுக்கு ஆணும் முக்கிய சாதனமாகும்.' (பக்கம் 35).

'முதல் மனைவி, மணமகனுடன் ஒன்றாக வாழ்ந்து கொண்டிருக்கும் போதுகூட, மறுமணம் செய்வதை சுயமரியாதைக் கொள்கை ஆதரிக்கிறது.' (பக்கம் 43).

பெரியார் பெண்களை மதித்தார் என்று கூறும் பெண்கள் இதனை ஏற்கிறார்களா? நான் இதனை எந்த விதத்திலும் விமர்சிக்க வில்லை. உங்களின் முடிவுக்கே விட்டுவிடுகிறேன்.

'ஆண்களுக்குள்ள சவுகரியங்களும், உரிமைகளும், பெண் களுக்கும் இருக்கவேண்டும். அப்போதுதான் பெண்களுக்குத் திருப்திகரமான இன்பத்தையும், ஆசையையும் அடைய முடியும் என்று கருதுகிறோம்.' (பக்கம் 44).

'கணவனும், வைப்புக்காரனும், மற்றொருவருக்குத் தன் சம்மதத்தின் பேரில் கூட்டிவிடுவானேயானால், அதை அவர்கள் விபசாரம் என்று சொல்வதில்லையே.' (பக்கம் 45).

நல்ல லாஜிக்தான். வைப்பாட்டிக்கு ஆண்பால் - வைப்புக்காரன்.

'பெண்கள் சுதந்திரமும், பெண்கள் விடுதலை என்பவை களுக்காக நடைபெறும் காரியங்களில், விபசாரம் என்னும் காரியம் முட்டுக்கட்டை போடுமானால், அதைத் தைரியமாக எடுத்தெறிந்து விட்டு முன்னோக்கிச் செல்ல வேண்டியது உண்மையான உழைப்பாளிகளின் கடமை.' (பக்கம் 52).

தாசிகள், தேவதாசிகள், விபசாரிகள் ஆகியோருக்குச் சொத்துரிமை பற்றிப் பேசுகிறார் பெரியார்.

'கேவலம் தாசிகளுக்குச் சொத்துரிமை இருப்பதால் அவர்கள் தங்கள் குடும்பங்களில் தங்கள் சமுதாயத்தில் எவ்வளவு சுதந்திரம் உடையவர்களாக இருக்கிறார்கள்.' (பக்கம் 69).

தாசிகள் ஒடுக்கப்படுவதை எதிர்த்துப் புரட்சி செய்தவர் என்று பலர் சொல்லக்கூடிய பெரியார், எடுத்த எடுப்பிலேயே, 'கேவலம் தாசிகளுக்கு' என்று ஆரம்பிக்கிறார். அவர்களுக்குச் சொத்துரிமை இருப்பதால் தங்கள் குடும்பங்களில் எவ்வளவு சுதந்திரம் உடையவர்களாக இருக்கிறார்கள் என்கிறார். விபசாரம் தப்பில்லை என்று சொல்வது ஒரு பக்கம், 'கேவலம் தாசிகளுக்கு' என்று சொல்வது மறு பக்கம். இதை உங்கள் முடிவுக்கே விட்டு விடுகிறேன்.

'பெண்களின் விடுதலைக்கும் சுயேச்சைக்குமே கர்ப்பம் விரோதமாய் இருப்பதால், சாதாரணமாய்ப் பெண்கள் பிள்ளைகளைப் பெறுவதை அடியோடு நிறுத்திவிட வேண்டும் என்கிறோம்.' (பக்கம் 71).

'ஆண்களுக்கும் பெண்களுக்கும், இந்த இருவருக்கும் அவர்களது சுயேச்சையையும், விடுதலையையும் கெடுப்பது குழந்தைகள், குஞ்சுகள் என்பவைகள். அதனால்தான் நாம் கண்டிப்பாய், பெண்கள், பிள்ளை பெறுவதை நிறுத்தியே ஆக வேண்டும் என்கிறோம்.' (பக்கம் 71)

இதையெல்லாம் நாம் புரட்சிப் பெண்களின் பார்வைக்கே விட்டு விடுகிறோம். அவர்களுக்கு உடன்பாடுதானா என்பதை அவர்கள் முடிவுக்கே விட்டுவிடுவோம்.

'மதுவிலக்குப் பிரசாரத்தை விட, தொத்து வியாதிகளை ஒழிக்கும் பிரசாரத்தை விட, இந்தக் கர்ப்பத்தைப் பிரசாரம் மிக முக்கியமானது என்பதே நமது அபிப்ராயம்.' (பக்கம் 73).

இப்போது கொரோனா இருக்கிறதே அது போன்ற விஷயங்களைக்கூட பிரசாரம் செய்ய வேண்டாம்; மது விலக்கைக் காட்டிலும்கூட பெண்கள் பிள்ளை பெற்றுக் கொள்ளக்கூடாது என்பதே முக்கியம் என்று அடித்துச் சொல்கிறார் பெரியார். இதற்குப் பெண்கள் என்ன சொல்லுவார்கள்?

'பெண்களுக்கு மதிப்புக் கொடுப்பதாகவும், பெண்கள் விடுதலைக்காகப் பாடுபடுவதாகவும் ஆண்கள் காட்டிக் கொள்வதெல்லாம், பெண்களை ஏமாற்றுவதற்காகச் செய்யும் சூழ்ச்சியே தவிர வேறல்ல. எங்காவது பூனைகளால் எலிகளுக்கு விடுதலை உண்டாகுமா? எங்காவது நரிகளால் ஆடு கோழிகளுக்கு விடுதலை உண்டாகுமா? எங்காவது வெள்ளைக்காரர்களால் இந்தியர்களுக்குச் செல்வம் பெருகுமா? (பக்கம் 75)

இப்போது பெரியாரின் கூற்றுப்படி பார்த்தால், அவர் சொல்வதே கேள்விக்குறியாகிவிடுகிறது. ஆண்கள் செய்வது எல்லாம் சூழ்ச்சிதான் என்று அடித்துச் சொல்கிறார். இதே பெரியார்தான், 'இந்தியர்களுக்குச் சுதந்திரம் கொடுக்காதீர்கள், அப்படியே கொடுத்தாலும் இந்த நாட்டை விட்டுப் போகாதீர்கள்' என்று பிரிட்டிஷரைப் பார்த்துச் சொன்னவர். இதைக் கவனத்தில் கொள்க.

'பெண்கள் பிள்ளை பெறும் தொல்லையிலிருந்து விடுதலை ஆக வேண்டும் என்ற மார்க்கத்தைத் தவிர, வேறு எந்த வகையிலும் பெண்களுக்கு விடுதலையும் இல்லை என்கிற முடிவு, நமக்கு கல் போன்ற உறுதியை உடையதாய் இருக்கிறது.' (பக்கம் 77 -78).

என் கேள்வி என்னவென்றால், யாருமே கடைப்பிடிக்காத மனு தர்மத்தைச் சுட்டிக்காட்டி, இப்படி இருக்கிறது, அப்படி இருக்கிறது என்று குத்திக்காட்டிச் சொல்லிக்கொண்டிருக் கிறார்கள். பெரியாருக்கென்று ஓர் இயக்கம் இருக்கிறது. அவருடைய கருத்துகளை பலர் மேற்கோள் காட்டுகின்றனர். இந்த இயக்கக்காரர்களே இதையெல்லாம் ஏற்கிறார்களா என்பது எனது கேள்வி. ஒருவேளை பெரியார் இயக்கவாதிகள்,

'அந்தக் காலத்தோடுதான் இவற்றைப் பொருத்திப் பார்க்க வேண்டும், சொல்ல வந்த செய்தி என்ன என்று பார்க்க வேண்டும் என்று சொல்வார்களேயானால், அதே வாதம், சனாதனத்துக்கும், ஹிந்துமதத்துக்கும், மனுதர்மத்துக்கும் கூடப் பொருந்து மல்லவா? இவைதான் உங்களுடைய பார்வைக்கு நான் வைக்கக் கூடிய கேள்விகள்.

●

- 8 -

சுப.வீயின் ஜாதி துவேஷம்

திரு. சுப.வீரபாண்டியன், முகநூலில் ஒரு ஸ்டேட்டஸ் போட்டிருந்தார். நான் அப்போது பார்க்கவில்லை. வாட்ஸப்பில் வந்த மற்றொரு தகவலுக்காக முகநூல் சென்றபோதுதான் பார்த்தேன். பெரிய அதிர்ச்சியாக இருந்தது. நான் எப்போதும் மதிக்கக்கூடிய ஒரு மனிதராக திரு சுப.வீ இருக்கிறார். நான் மதிக்கிறேன் மதிக்கிறேன் என்று சொல்லிக்கொண்டே இருந்தாலும், நீ ஏன் என்னை மதிக்கிறாய் என்று அவர் கேள்வி எழுப்பிக்கொண்டே இருப்பதுபோல் தோன்றுகிறது. நாம் ஒவ்வொரு காலத்தில் ஒவ்வொரு மாதிரி இருந்தோம். இப்போது நமது நாடு, சிந்தனை, பார்வை, அணுகுமுறை எப்படி மாறிக்கொண்டே இருக்கிறது என்பதைச் சிந்திக்கவேண்டும். இன்னமும் தொடர்ந்து குத்திக்கொண்டே இருப்பது எந்த வகையில் நியாயம், என்ன லாஜிக் என்று புரியவில்லை.

50 வருடத்துக்கு முன் இருந்த அணுகுமுறை இப்போது இல்லை. தினத்தந்தியில் வந்த கார்ட்டூன் பற்றித்தான் சொல்கிறேன். அதில் எழுதுகிறார் 'படம் வரைகிறது ஒரு பார்ப்பனப் பாம்பு' என்று. முதலில், அந்தக் கார்ட்டூனை வரைந்தது பிராமணர் இல்லை. இரண்டாவது, அவர் பிராமணராய் இருந்தாலும் கூட அவரைப் பாம்பு என்று சொல்வது ஒரு அவதூறு, ஒரு இழிவுபடுத்தக்கூடிய ஒரு முயற்சி. ஜாதியின் பெயர் சொல்லி இழிவுபடுத்துவது குற்றம் என்றால், அது எல்லா ஜாதிக்கும் பொருந்தும்தானே! நான்

ஒரு குறிப்பிட்ட ஜாதியை மட்டும் இழிவுபடுத்துவேன், மற்றவர்களை அல்ல என்று சொல்வது நியாயமில்லை.

இந்த இடத்தில், உடனே நிறையப் பேர் செட்டியார் சமூகத்தைப் பற்றிப் பேசினார்கள். அது திரு சுப.வீ சார்ந்திருக்கூடிய சமூகம். இது ஒரு மகாப் பெரிய அவதூறு. அப்படிச் செய்யக் கூடாது. செட்டியார் சமூகம், தமிழகத்துக்கும், இறை நம்பிக்கைக்கும், இந்தியாவின் பொருளாதாரத்துக்கும், சைவத்துக்கும், வைணவத்துக்கும் நிறையப் பெருமைகளை ஏற்படுத்தியிருக்கிறது. அது எழுத்தில் வடிக்க முடியாது. பொருளாதார விற்பன்னர்களாக, பெரிய ஜாம்பவான்களாக, பர்மா போன்ற நாடுகளில் மிகத் தொன்மையான காலத்திலிருந்து வசித்தவர்கள். தமிழுக்கு அவர்கள் செய்யும் தொண்டு அளவிடற்கரியது. இவர் ஒருவரை வைத்து நாம் அந்தச் சமூகத்தை இழிவுபடுத்தக்கூடாது. சுப.வீயை ஒரு தனிப்பட்ட நபராகத்தான் இந்த விவகாரத்தில் பார்க்க வேண்டும். ஒரு சமூகத்தைச் சேர்ந்தவராக அல்ல. அது ஒரு ஆச்சரியமான சமூகம். அதில் தப்பிப் பிறந்தவர் இவர். மற்றவர்களுக்கு ஒரு மனக் கிலேசத்தையும், காயத்தையும் ஏற்படுத்தக்கூடாது.

திரு சுப.வீ சொல்கிறார்: 'கோடித் தமிழர்களின் இதயங்களில் குடியிருக்கும் அண்ணாவை இழிவுபடுத்த எந்த நாய்க்கும் உரிமை இல்லை'. இவர்களுடைய தலைவரை யாரும் இழிவுபடுத்தக்கூடாது என்பது சரிதான். கார்ட்டூன் வரைந்தவர், அண்ணாவின் பெயரும், படமும் போடவில்லை. ஆனால், யாருக்கும் அது அண்ணாவைத்தான் குறிப்பிடுகிறார் என்று எளிதில் புரிந்துவிடும் என்பதை திரு சுப.வீ சொல்லாமலேயே ஒப்புக் கொள்கிறார். ஆனால், இவர் எவ்வளவு பெரிய குற்றம் செய்கிறார் பாருங்கள். முதலில், பார்ப்பனப் பாம்பு என்று சொல்லி ஜாதித் துவேஷத்தைக் கிளப்புகிறார். பின்னர் நாய் என்று பழிக்கிறார்.

இந்தத் திராவிடக் கட்சிக்காரர்கள்தான், குறிப்பாகத் திரு சுப.வீ, ஜாதி மறுப்பில் முன்னணியில் நிற்பதாகச் சொல்லிக் கொள்கிறார். பட்டியலினத்தைச் சேர்ந்தவர்களுக்கு இவருடைய கட்சியில், எவ்வளவு பெரிய வாய்ப்புக்கள் கொடுத்திருக்கிறார் என்று சொல்லட்டும். தி.கவில் நம்பர் டூ யார் என்பதை இவர் சொல்லட்டும். திரு வீரமணியின் குடும்பத்துக்குத் திகவில் ஏதாவது பொறுப்புக் கொடுக்கப்பட்டிருக்கிறதா என்று

சொல்லட்டும். திமுகவில் ஒரே குடும்பத்தைச் சார்ந்தவர்கள் ஏதாவது பொறுப்பில் இருக்கிறார்களா என்று சொல்லட்டும்.

இவர்கள், கழகம் என்ன சங்கர மடமா என்று கேட்டார்கள். சங்கர மடத்தில் மத குருக்கள் திருமணமே செய்து கொள்வதில்லை. அவர்களுடைய வாரிசுகள் என்பதற்கு அங்கே இடமே இல்லை. இப்படிக் கேட்டுவிட்டுப் பிறகு தங்கள் குடும்பத்தை அவர்கள் கட்சியில் கொண்டு வருவதும், ஜாதி பார்க்க மாட்டோம் என்று சொல்லிக் கொண்டே எல்லா விஷயத்திலும் ஜாதி பார்ப்பதும், இவர்கள் வழக்கம்.

திரு சுப.வீ பற்றி ஒரு விஷயம் சொல்கிறேன். நான் திரு வீரமணி அவர்களை ஒருமுறை பேட்டி எடுத்தேன். அன்றிரவு, லேண்ட் லைனில் எனக்குத் திரு சுப.வீ யிடமிருந்து ஒரு ஃபோன் வந்தது. அவர், 'இது எனக்குத் தெரியலை பாண்டே! நீங்க ஐயர் என்று சொல்கிறார்களே? என்றார்.

நானோ 'இல்லை அண்ணே... தப்பச் சொல்லியிருக்கிறார்கள். நான் ஐயங்கார் அண்ணே!' என்றேன்.

நான் கேலி பேசுகிறேன் என்பதைப் புரிந்துகொண்டுவிட்டார். 'அப்படியா? நான் அந்தப் பேட்டியைப் பார்க்கவில்லை. ஆனால் என் நண்பர்கள் சொன்னார்கள். உடனடியாக ஒரு கட்டுரையை எழுதி அனுப்பிவிட்டேன்' என்று சொன்னார்.

திரு சுப.வீ, என் பேட்டியையும் பார்க்கவில்லை. நான் ஐயரா, ஐயங்காரா என்பதிலும் குழப்பம். இவர்தான் ஜாதி மறுப்பு இயக்கத்தைச் சேர்ந்தவர். ஜாதி இல்லாத சமுதாயம் வேண்டும் என்று கனவு காண்கிறவர். ஆனால், நான் எந்த ஜாதியைச் சார்ந்தவன் என்று அறிந்துகொள்வதில் ஆர்வம் காட்டுகிறவர். பேட்டியைப் பார்க்காமலே அதைப் பற்றிக் கட்டுரை எழுதக்கூடிய அறம் படைத்தவர் திரு சுப.வீ. இதனை இன்றைக்குத்தான் நான் வெளியில் சொல்கிறேன். பிராமணர் என்றால் எவ்வளவு வேண்டுமென்றாலும் இழிவுபடுத்தலாம். ஆனால் அவர்கள் தலைவரை மட்டும் யாரும் இழிவுபடுத்தக் கூடாது. அது சரியென்றால் இதுவும் சரி; அது சரியில்லை என்றால் இதுவும் சரியல்ல என்று வாதம் வைக்கலாமல்லவா?

'என் இயல்புக்கு மாறாக ஒன்று சொல்கிறேன் ' என்று அக்கட்டுரை தொடர்கிறது. 'மன்னிப்புக் கேள். அல்லது காலம் உன்னைச் செருப்பால் அடிக்கும்'.

'காலம் என்ன செருப்பால் அடிக்கும்? நான் உன்னைச் செருப்பால் அடிப்பேன் என்று நேரடியாகச்சொல்லிவிடலாமே! இதெல்லாம் உலகம் என்ன பார்க்காததா? எங்களது தெய்வங்களையெல்லாம் செருப்பால் அடித்தீர்கள். 'தானாய் வந்தது வீணாய்ப் போக வேண்டாம் என்று செய்தோம்' என்று மழுப்பினீர்கள். பெரியாரைப் பற்றி ஆதாரங்களோடு 'சாணக்கியா'வில் சொல்லி இருந்தோம். பல விஷயங்களில் முரண்காணப்பட்டதை அவர் எழுத்துகளின் மூலமாகவே நிரூபித்தோம். சேலம் மாநாட்டில் இயற்றப்பட்ட தீர்மானங்களைக் காட்டி, இன்றைக்கு இந்த வாதங்கள் செல்லுமா என்றும் கேட்டோம். இவரைப்போல ஒளிந்துகொண்டு, 'காலம் செருப்பால் அடிக்கும்' என்று சொல்லவில்லை. எல்லா வரைமுறையையும் மீறிவிட்டார். எல்லா நியாயத்தையும், நடைமுறையையும் மீறியாகிவிட்டது. பிராமண சமூகத்தை மட்டும் கேட்க நாதியில்லை என்று நினைக்கிறார்.

இப்போது, அந்தக் கார்ட்டூன் போட்டவரின் ஜாதி பற்றி இதற்குள் அறிந்து கொண்டிருப்பார். அவர் அந்த ஜாதியைச் சொல்லி இதே விமர்சனத்தை வைக்க திரு சுப.வீ-க்குத் துணிவிருக்கிறதா? வேறு ஒரு சமுதாயத்தைப் பற்றிப் பாம்பு என்று சொல்லித் தமிழ் நாட்டில் தப்பிக்க முடியுமா? தமிழகத்தில், ஆணவப் படுகொலைகள் எல்லாச் சமுதாயத்திலும் நடக்கின்றன. அந்தக் குறிப்பிட்ட ஜாதியைச் சொல்லித் திட்டக்கூட வேண்டாம், விமர்சிக்கத் துணிவு உள்ளதா திரு சுப.வீக்கு?

பார்ப்பனர்களே என்று சொல்லி பிராமண ஜாதியை மட்டும் குறிவைக்கும் திரு சுப.வீ, இதை விட மோசமான இழிவுகளைச் செய்யும் வேறு ஒருவரின் ஜாதிப் பெயரைச் சொல்லித் திட்டிவிட்டுத் தப்பிக்க முடியுமா? அப்படிச் செய்துவிட்டால், அவரது திராவிடச் சிந்தனை மிகவும் அற்புதமானது, நேர்மையானது என்று நினைத்துச் சந்தோஷப்படுவோம். 'அண்ணன் சொல்வது அனைத்தும் சூப்பர், நிஜமான தைரியசாலி பிரமாதம்!' என்று சொல்லுவோம். அதை விட்டு, யார் பிள்ளைப்பூச்சி, யார் வம்புதும்புக்குப் போக மாட்டார்கள், யார் தான் உண்டு தன் வேலை உண்டு என்று வாழ்க்கை நடத்துபவர்கள் என்று தெரிந்துகொண்டு, அவர்கள் மீது தன் வன்மத்தைக் கக்குவது என்பது இவர்களின் தொழில். இவர்கள்

ஜாதியை ஒழிக்கிறார்களா அல்லது ஜாதியை வளர்க்கிறார்களா என்பதுதான் கேள்வி.

மதுரையில், பட்டியல் இனத்தைச் சேர்ந்தவர்களை ஆலயப் பிரவேசம் செய்ய வைக்கும் இயக்கத்துக்குத் தலைமை தாங்கி நடத்தியவர் வைத்தியநாத ஐயர் என்னும் பிராமண குலத்தைச் சேர்ந்தவர்தான். பெரியார் வைக்கத்தில்தான் சென்று போராட்டம் நடத்தினார். தமிழ் நாட்டில் அவர் எங்காவது கோயில் நுழைவுப் போராட்டம் நடத்தியதாகச் செய்தி உண்டா? திரு வீரமணி அவர்களிடமே நான் இதைக் கேட்டேன். பதில் சொன்னால் கேட்டுக்கொள்ளக் கடமைப்பட்டுள்ளேன். அப்போது கூட அவர் போராட்டம் காங்கிரஸ் தலைவராக நடத்தியதே தவிர, திராவிடக் கழகத் தலைவராக அல்ல.

இஸ்லாமிய பயங்கரவாதி என்று சொல்லக்கூடாது என்று பலமுறை நாம் சொல்லியிருக்கிறோம். இவரும் அதற்கு உடன்படுவார். ஆனால், ஒருவர் செய்தார் என்பதற்காக, அவர் பிராமணர் இல்லை என்றாலும் கூட, அந்தச் சமூகத்தை ஒட்டுமொத்தமாகப் பழிப்பது சரியில்லை. ஒரு ஊரில், நாலைந்து பேர் குற்றம் செய்தார்கள் என்பதற்காக, குற்றப்பரம்பரை என்றே ஒரு லிஸ்ட் எடுத்தார்கள். அதற்கு எதிராகக் குரல் கொடுத்தோம். ஒன்றிரண்டு பேர் தவறாகப் போனால், அதற்காக ஒட்டு மொத்த சமுதாயத்தையே தவறாகப் பேசக்கூடாது. இதுதான் இவர்களது திராவிடப் பாரம்பரியமா? திரு வீரமணியும், திரு சுப.வீயும், திராவிடக் கழகத்துக்கு எவ்வளவு பெரிய அழிவை ஏற்படுத்தப்போகிறார்கள் என்பதை நாம் பார்க்கத்தான் போகிறோம்.

●

- 9 -

மனு தர்மமும் திருமாவளவனும்

விடுதலைச் சிறுத்தைகள் கட்சியின் தலைவர் திருமாவளவன் இணைய வழிக் கருத்தரங்கம் ஒன்றில் பெரும் சர்ச்சைக்குரிய விஷயம் ஒன்றைச் சொன்னார். 'பெண்கள் அனைவரையும் விபச்சாரிகளாகவே இறைவன் படைத்தாரென்று மனு ஸ்மிருதி சொல்கிறது. ஹிந்து சனாதன தர்மத்தின் படி பெண்கள் அனைவருமே விபச்சாரிகளே' என்று சொன்னார். அது தொடர்பான விவாதங்களில், 'நம் தேசத்தில் இப்போதும் மனு தர்மமே ஆட்சி செய்கிறது. சட்டங்கள், தீர்ப்புகள் எல்லாம் அதன் அடிப்படையிலேயே வழங்கப்படுகின்றன' என்றும் அவர் கூறினார். இதன் மூலம் இந்திய அரசியல் சாசனத்தை வடிவமைத்தவர்களையும் அதன் தலைமைப் பதவியில் இருந்த டாக்டர் திரு அம்பேத்கர் அவர்களையும் சேர்த்து சர்ச்சைக்கும் இழிவுக்கும் உள்ளாக்கியிருக்கிறார்.

இந்தியாவில் இன்று அம்பேத்கர் தலைமை தாங்கி உருவாக்கிய அரசியல் சாசனம் தான் அமலில் இருக்கிறது. அது வகுத்திருக்கும் விதிமுறைகள், சட்ட திட்டங்கள், வழிகாட்டுதல்களின்படிதான் மத்திய மாநில அரசுகள், அரசின் நிர்வாகம், அதிகார மையங்கள், நாட்டில் இருக்கும் பிற நிறுவனங்கள் எல்லாமே நடந்துவருகின்றன. இந்திய கிரிமினல் சட்டம் அனைவருக்கும் பொதுவானது. சிவில் சட்டம் மட்டும் ஒவ்வொரு மதத்துக்கும் ஏற்ப சில மாறுபாடுகளைக் கொண்டதாக இருக்கிறது.

அதற்காகத்தான் பொது சிவில் சட்டம் கொண்டுவரவேண்டும் என்று சொல்லப்படுகிறது.

இந்திய அரசியல் சாசனத்திலும் சட்டங்களிலும் மனு தர்மத்தின் செல்வாக்கு இருக்கிறது என்று சொல்வதே ஒருவித அரசியல் நிலைப்பாடு மற்றும் அரசியல் கூற்றுதான்.

அந்த சர்ச்சையைத் தொடர்ந்து மனு தர்மம், மனு ஸ்மிருதி என்ற வார்த்தையை கூகுளில் தேடிப் படித்தவர்கள் அதிகம். கூகுளைத்தானே நாம் இப்போது நமது மூளையைவிட அதிகமாகப் பயன்படுத்துகிறோம். நம்புகிறோம். எதை எடுத்தாலும் எது வேண்டுமென்றாலும் கூகிளைத்தானே கேட்கிறோம். அதில் எந்தெந்த வார்த்தைகள் எல்லாம் எத்தனை பேரால் தேடிப் பார்க்கப்பட்டிருக்கிறது என்று எளிதில் கண்டுபிடித்துவிட முடியும். அப்படித்தான் அதை வடிவமைத்திருக்கிறார்கள்.

2020, அக்டோபர் 24ம் தேதியன்று தமிழகத்தில் இருந்து மனு தர்மம் என்ற வார்த்தையை உள்ளிட்டுத் தேடியவர்களின் எண்ணிக்கை அதி உச்சத்தைத் தொட்டிருக்கிறது. உதாரணத்துக்கு அந்த வார்த்தையை அதற்கு முன் பத்து பேர் தேடியிருக்கிறார்கள் என்றால் அன்றைக்கு சுமார் ஆயிரத்துக்கு மேற்பட்டவர்கள் தேடிப் படித்திருக்கிறார்கள். அதே அக்டோபர் 24 அன்று தான் விடுதலைச் சிறுத்தைகள் கட்சியினர் மனு ஸ்மிருதியை எதிர்த்து சென்னையில் ஆர்ப்பாட்டம் நடத்தினார்கள். அதாவது அதுவரை யாருமே கண்டு கொள்ளாமல் புறக்கணிக்கப்பட்டிருந்த மனு தர்மத்தை, அதிகம் பேரின் கவனத்துக்குக் கொண்டுவந்ததே அண்ணன் திருமாவளவன் தான். ஆக, அவர்களுடைய விருப்பம் மனு ஸ்மிருதியை எதிர்ப்பதா அல்லது அதிகம் பேரிடம் கொண்டு செல்வதா? விருப்பம் எதுவாக இருந்தாலும் நடந்தது என்ன என்பது அந்த கூகுள் புள்ளிவிவரத்தில் இருந்து நன்கு தெரியவருகிறது.

சில புள்ளிவிவரங்களை முதலில் விரிவாகப் பார்ப்போம்.

இந்திய அளவில் கடந்த ஆண்டில் மனு ஸ்மிருதி குறித்துத் தேடிப் படித்தவர்களின் எண்ணிக்கையை எடுத்துக்கொண்டு பார்த்தால் தமிழகத்தில் அந்த அக்டோபர் தேடல் தான் உச்சத்தில் இருந்திருக்கிறது. கடந்த வருடத்தில் பெரும்பாலும் மிகக்

குறைவாகவே தேடியிருக்க, தமிழகத் தேடல் மட்டும் உச்சத்தை எட்டியிருக்கிறது. மனு தர்மம் பற்றிக் கடந்த ஆண்டு தேடியவர்களின் எண்ணிக்கை அடிப்படையில் பார்த்தால் தமிழகம் 15வது இடத்தில்தான் இருந்திருக்கிறது. வேறு மாநிலங்கள்தான் அந்தத் தேடலில் முதல் இடங்களில் இருக்கின்றன. ஆனால் கடந்த ஒரு மாத புள்ளி விவரத்தை எடுத்துக்கொண்டு பார்த்தால் தமிழகம் நான்காவது இடத்துக்கு முன்னேறிவிட்டது. ஆக, மனு தர்மம் குறித்த தேடலில் 15வது இடத்தில் இருந்த தமிழகத்தை நான்காவது இடத்துக்கு முன்னேற்றிய பெருமையும் புண்ணியமும் அண்ணன் திருமாவளவனுக்கே கிடைக்கவேண்டும்.

மனுஸ்மிருதி எதிர் ஷரியத் என்றும் ஒப்பிட்டுப் பார்ப்போம். இரண்டு நூல்களையும் தேடியவர்களின் எண்ணிக்கை கடந்த ஆண்டு முழுவதும் கிட்டத்தட்ட ஒரே மாதிரிதான் இருந்திருக்கிறது. ஆனால், பொதுவாகவே ஷரியத் பற்றித் தேடிப் படிப்பவர்களின் எண்ணிக்கை சற்றே ஒப்பீட்டளவில் அதிகமாக இருக்கிறது. உதாரணமாக, இந்திய அளவில் நாற்பது பேர் மனுஸ்மிருதியைத் தேடிப் படித்திருக்கிறார்களென்றால் ஷரியத் சட்டங்களைப் பற்றி ஐம்பது பேர் தேடிப் படித்திருக் கிறார்கள். அவ்வளவுதான் வித்தியாசம். தமிழகத்தில் இந்த இரண்டையும் தேடிப் படித்தவர்களின் விகிதமும் கிட்டத்தட்ட இதுவாகவேதான் இருக்கிறது. ஆனால், கடந்த ஒரு மாதத்தை மட்டும் எடுத்துக்கொண்டு பார்த்தால் மனு ஸ்மிருதியைத் தேடியவர்களின் எண்ணிக்கை ஷரியத்தைத் தேடியவர்களின் எண்ணிக்கையைவிடப் பல மடங்கு அதிகரித்திருக்கிறது.

இதற்கு முக்கிய காரணம் அண்ணன் திருமாவளவன் தான்.

அதிகம் பேர் தேடினார்கள் என்றாலும் பலர் திட்டுவதற்காகவும் அதில் உள்ள குறைகளை அம்பலப்படுத்துவதற்காகவும் தேடியிருக்கக்கூடும் என்று ஒருவர் சொல்லாம். ஆனால், விஷயம் என்னவென்றால் மனு ஸ்மிருதியில் திருமாவளவன் சொன்னதுபோல் பெண்களை இழிவாகச் சொல்லியிருக்கவே இல்லை. திருமாவளவனேகூட இது தொடர்பாக பெரும் எதிர்ப்பு வெளியானதும், 'நான் சொன்னதுபோல் மனு ஸ்மிருதியில் சொல்லவில்லை. அது என்னுடைய புரிதல் மற்றும் விளக்கம் தான்' என்று தெளிவாகவே ஒப்புதல் வாக்குமூலம் தந்துவிட்டார். மனு தர்மத்தைத் தேடிப் பார்த்தவர்கள் எல்லாம் அதில்

பெண்களைப் பற்றி உயர்வாகச் சொல்லப்பட்டிருக்கிறது என்ற உண்மையைத்தான் தமது தேடல் மூலம் தெரிந்துகொண்டார்கள். அதை மேற்கோள்காட்டும் வாட்ஸ் அப் மெசேஜ்களை நீங்கள் பார்த்திருப்பீர்கள். அப்படியாக மனு ஸ்மிருதிக்கு ஆதரவான குரலே ஓங்கி ஒலித்திருக்கிறது. கூகுள் தேடல் புள்ளிவிவரங்கள் சொல்லும் ஆதாரபூர்வமான உண்மை இதுவே.

அதாவது, மனு தர்மத்தைத் தடை செய்யவேண்டும், இழிவுபடுத்தவேண்டும் என்ற நோக்கில் ஆரம்பிக்கப்பட்ட முயற்சியானது மனு தர்மத்துக்கு பெரும் ஆதரவை மக்கள் மத்தியில் உருவாக்கிவிட்டதோ என்ற கேள்வியையே இந்த புள்ளிவிவரங்கள் நமக்கு உணர்த்துகின்றன.

நான் ஹிந்துக்களுக்கோ பெண்களுக்கோ எதிராக எப்போதுமே பேசியதில்லை என்று திருமாவளவன் சொல்லியிருக்கிறார். அவர் முழுப் பூசணிக்காயைச் சோற்றில் மறைக்க முயற்சி செய்கிறார் என்றுதான் சொல்லவேண்டும். ஏனென்றால் தொடர்ந்து ஹிந்து மதத்தை அவதூறாக நிறையப் பேசி இருக்கிறார். மிகச் சிறந்த படிப்பாளி. ஒரு விஷயத்தை எப்படிச் சொல்லவேண்டும் என்பது அவருக்கு நன்கு தெரியும். முனைவர் பட்டம் பெற்றவர். மாஸ் கன்வர்ஷன் அதாவது ஒட்டுமொத்த மத மாற்றம் என்பது தொடர்பான ஆய்வுக்குத்தான் அவருக்கு டாக்டர் பட்டம் தரப்பட்டிருக்கிறது. ஹிந்துக்களை ஒரு படி குறைவாகத்தான் எப்போதுமே பார்க்கிறார் என்பது அனைவருக்கும் தெரிந்த விஷயம் தான். எனவே, அவர் ஹிந்துக்களை நான் இழிவுபடுத்தியதில்லை என்று சொல்வதை நாம் நிச்சயம் ஏற்கவே முடியாது.

அடுத்ததாக, அவர் பெண்களையும் பல முறை இழிவாகப் பேசியிருக்கிறார். இதற்கும் பல உதாரணங்களை நாம் காட்ட முடியும். நடிகைகளை மிகவும் இழிவாகப் பேசியிருக்கிறார். அவர்களின் வேலையே அவிழ்த்துப் போட்டு ஆடுவதுதான் என்று இழிவுபடுத்தியிருக்கிறார். கலப்பு மணம் செய்து கொள்ளும் பெண்களை மிகக் கேவலமாகப் பேசியிருக்கிறார். ஜாதியை ஒழிக்க உதவும் ஒரே வழி கலப்பு திருமணம் தான் என்று எல்லாரும் சொல்கிறோம். அது சட்டரீதியாக சரி என்று ஆகிவிட்டது. அதை ஊக்குவிக்கவேண்டும் என்றுதான் எல்லாரும் நினைக்கிறார்கள். ஆனால், கலப்புத் திருமணம் செய்யும் பெண்களை அண்ணன் திருமாவளவன்

இழிவுபடுத்தியிருக்கிறார். கலப்புத் திருமணம் செய்து கொள்ளும் ஆண்களை இழிவுபடுத்திப் பேசியிருக்கிறார். ஒரு தடவைக்கு இரண்டு தடவை அழுத்தம் திருத்தமாகப் பேசியிருக்கிறார். 'சரக்கு... மிடுக்கு' என்று அவர் என்ன சொன்னார் என்பது பற்றி விரிவாக நான் பேசவிரும்பவில்லை.

கலப்புத் திருமணம் செய்யும் பெண்களின் ஜாதியை இழிவுபடுத்தி இருக்கிறார். ஹிந்துப் பெண்கள் அனைவரையும் இழிவுபடுத்தி இருக்கிறார். ஹிந்து கோவில்களை இழிவுபடுத்தியிருக்கிறார். இதற்கான தெளிவான வீடியோ ஆதாரங்கள் இணையம் முழுவதும் இருக்கின்றன. நடிகைகளை, கலப்புத் திருமணம் செய்யும் பெண்களை, ஹிந்து பெண்களை, ஹிந்து மதத்தினரை, ஹிந்து கோவில்களை இழிவுபடுத்தி நிறையவே பேசி இருக்கிறார் திருமாவளவன். எனவே அவர் அதையெல்லாம் செய்யவில்லை என்று சொல்வதை ஏற்க முடியாது. அவர் செய்யாமல் இருக்கவேண்டும் என்றுதான் நாம் விரும்புகிறோம். செய்துவிட்டு இல்லை என்று சொல்வதை விரும்பவில்லை.

சீர்திருத்தவாதியென்றால் அனைத்து சமூகத்தினரையும் ஒரே தட்டில் வைத்து அணுகவேண்டும். ஒரே ஒரு பிரிவினரை மட்டும் கட்டம் கட்டிப் பேசுவது சரியல்ல. சனாதன எதிர்ப்பு மாநாடெல்லாம் நடத்தியிருக்கிறார். சனாதன தர்மம் என்றாலே ஹிந்து தர்மம் தான். அதற்கு வேறு எந்த மதமும் சொந்தம் கொண்டாடவே முடியாது. ஹிந்து மத எதிர்ப்பு மாநாடு என்று நடத்தினால் எதிர்ப்புகள் வருமோ என்று நினைத்து சனாதன எதிர்ப்பு என்று பேசுகிறார் அவ்வளவுதான்.

மதங்களில் மூட நம்பிக்கைகள், கொடுமைகள் நிறைய இருப்பதை நாம் மறுக்க முடியாது. ஒரு சீர்திருத்தவாதி நிச்சயம் அவற்றையெல்லாம் கண்டித்துக் குரல் கொடுக்கத்தான் வேண்டும். ஆனால், அவர் ஒரே ஒரு மதத்தை மட்டும் குறிவைக்காமல் எல்லா அடக்குமுறைகள், மூட நம்பிக்கைகள் எல்லாவற்றையும் எதிர்த்துக் குரல் கொடுத்தால் நல்லது. விமர்சனங்கள் என்பவை சுத்தப்படுத்த உதவுபவைதான். அவை சுட்டிக்காட்டுவதாக இருக்கவேண்டும். குத்திக்காட்டுவதாக, புண்படுத்துவதாக இருக்கக்கூடாது.

எல்லா மதங்களிலும் இருக்கும் குறைகளைப் பேசுபவர்களையே நடுநிலையாளர்கள், சீர்திருத்தவாதிகள் என்று சொல்லமுடியும்.

'என்னைக் கடிக்க வரும் நாய் மீதுதான் நான் கல்லெறிவேன். மற்ற நாய்கள், பேய்கள் மீது ஏன் கல்லெறியவில்லை என்று என்னை ஏன் கேட்கிறீர்கள்' என்று இதற்கு பதில் சொன்னார்.

ஹிந்து மதம் மட்டுமல்ல, கிறிஸ்தவம் இஸ்லாம் ஆகியவையும் நாய்கள், பேய்கள்தான் என்று இந்த வாக்கியத்துக்கு அர்த்தம் வருகிறது. இப்படி அவர் ஒத்துக்கொண்டதே பெரிய விஷயம் தான். அதோடு ஹிந்து மதம் மட்டுமே பட்டியல் ஜாதியினருக்குத் தீங்கு இழைக்கிறது. அது மட்டுமே அவர்களைக் கடிக்கும் நாய் போல் இருக்கிறது என்று சொல்வது நிச்சயம் சரியல்ல. ஒடுக்குமுறையானது எல்லா மதங்களிலும் இருக்கின்றன. தனி இடுகாடு, தனி சர்ச், சர்ச்சுக்கு நடுவே சுவர், ஒரே இடுகாட்டில் இந்தப் பக்கம் ஒரு ஜாதியினர் அந்தப் பக்கம் இன்னொரு ஜாதியினர் என்றெல்லாம் இருக்கத்தான் செய்கின்றன. மறை மாவட்டங்களின் தலைமை பீடத்துக்கு பட்டியல் ஜாதியினரைப் போதிய அளவுக்கு நியமிப்பதே இல்லை என்ற குற்றச்சாட்டும் உண்டு.

டாக்டர் அம்பேத்கர் அவர்கள் இஸ்லாமில் இருக்கும் எண்ணற்ற ஜாதிகளைப் பட்டியலிட்டுப் பேசியிருக்கிறார். மதம் மாறுவது என்று முடிவெடுத்ததும் அவர் இஸ்லாமுக்கோ கிறிஸ்தவத்துக்கோ போகவில்லை. ஏனென்றால் அவருடைய பார்வையில் அந்த இரண்டு மதங்களுமே பட்டியல் ஜாதியினருக்குத் தீங்கு விளைவிக்கவே செய்கின்றன. அதனால்தான் அவர் பௌத்தத்துக்கு மாறினார். எனவே, திருமாவளவன் ஹிந்து மதம் மட்டுமே பட்டியல் இனத்தினரை ஒடுக்குகிறது. எனவே, ஹிந்து மதத்தை மட்டுமே எதிர்ப்பேன். அதன் மீது மட்டுமே கல்லெறிவேன் என்று சொல்வது அம்பேத்கரையே மறுதலிக்கும் செயல்.

இதில் இன்னொரு விஷயம் என்னவென்றால் ஹிந்து மதம் என்று ஒன்று கிடையவே கிடையாது என்றும் இவர்கள்தான் சொல்கிறார்கள். அதே கையோடு ஹிந்து மதம்தான் எங்களை ஒடுக்குகிறது. அதை அழிக்கப் போகிறேன் என்றும் கிளம்புகிறார்கள். இது இரண்டும் ஒன்றுக்கொன்று முரணானது. பிரிட்டிஷார் வந்த பின்னர்தான் ஹிந்து மதம் என்ற ஒன்றே உருவானது என்றால் அதற்கு முன்னாலிருந்த விஷயங்கள், நூல்கள், கலாசாரம் இதையெல்லாம் ஹிந்து என்று பெயர் சொல்லி விமர்சிக்கக்கூடாது. முன்பே இருந்திருக்கிறது என்பது

உண்மையென்றால் பிரிட்டிஷார் வந்துதான் எல்லாவற்றையும் உருவாக்கினார்கள் என்று சொல்லக்கூடாது. இந்த இரண்டில் ஏதேனும் ஒன்றுதான் உண்மையாக இருக்கமுடியும்.

ஹிந்து மதத்தையும் ஹிந்துப் பெண்களையும் எல்லாம் ஒருபோதும் இழிவுபடுத்தியதில்லை என்று திருமா சொல்கிறார். அப்படியே இருந்தால் நல்லது. அப்படியே குறைகளைச் சொல்வதென்றால் திமுகவின் குறைகளை, தோழமைச் சுட்டுதலாகச் சுட்டிக்காட்டுவதுபோல் சொன்னால் மிகவும் மகிழ்ச்சியாக இருக்கும்.

●

- 10 -

முருகன் சர்ச்சை – திருமாவுக்குச் சில கேள்விகள்

நண்பர்களே, கந்த சஷ்டிக் கவசத்தை இழிவுபடுத்திய விவகாரம், மிகப் பெரிய அவதூறாக அமைந்தது. ஹிந்து மதத்தின் மீது நடத்தப்பட்ட மிகப் பெரிய தாக்குதலாக அமைந்ததை நாம் கண்கூடாகப் பார்த்தோம். அதற்கான போதிய அளவிலான கண்டனங்கள், போதிய நடவடிக்கைகள், 'எங்களுக்கும் அவர்களுக்கும் சம்பந்தமில்லை' என்பது போன்ற அறிக்கைகள் விடப்பட்டன. இது ஒரு நல்ல ஆரோக்கியமான விஷயம். தமிழக அரசும் சிறப்பான நடவடிக்கைகளை மேற்கொண்டது.

இப்போது, இதன் மறுபக்கத்தையும் பார்க்க வேண்டிய அவசியத்தில் இருக்கிறோம். இந்த வீடியோ வெளியிட்டவர்களை விமர்சிக்கிறேன் என்று சில முக்கியஸ்தர்கள், பிரபலமானவர்கள், நல்ல மனிதர்கள் கிளம்பி, கன்னா பின்னாவென்று தரக்குறைவான, ரசக்குறைவான, இழிவான வார்த்தைகளைப் பிரயோகித்து, பேட்டி கொடுப்பதும், வீடியோ வெளியிடுவதும், கட்டுரைகள் வெளியிடுவதும், ஃபேஸ்புக் போன்ற சமூக வலைத் தளங்களில் எழுதுவதுமாக இறங்கிவிட்டார்கள்.

கந்த சஷ்டிக் கவசத்தை இழிவுபடுத்திய வார்த்தைகளுக்குச் சற்றும் குறைவில்லாத வார்த்தைப் பிரயோகங்கள் காணப் பட்டன. 'முள்ளை முள்ளால்தான் எடுக்க வேண்டும். இவர்களுக்கெல்லாம் இப்படித்தான் பதிலடி கொடுக்க வேண்டும்' என்பது போன்ற சிந்தனைகள் ஆரோக்கியமான நாட்டுக்கு உகந்தது அல்ல. 'கண்ணுக்குக் கண், ரத்தத்துக்கு ரத்தம்' என்று கிளம்பினால், நாடு முழுவதும் பார்வை இழக்கும் என்பது அடிப்படைத் தத்துவம். அது நியாயமில்லை. நாம் சட்டத்தின் மேல் நம்பிக்கை வைக்க வேண்டும். எத்தனை ஆயிரம் வழக்குகள் வேண்டுமானாலும் தொடரலாம். நீதிமன்றத்தை முற்றுகையிடலாம். நடவடிக்கை எடுக்க அரசுக்கு நிர்பந்தம் கொடுக்கலாம். தார்மிக ரீதியாக, தன்மையோடு மென்மையாக, உண்மையாகச் சொல்வதற்குப் பதிலாக, வன்மத்தோடு, கெட்ட வார்த்தைகளைப் பயன்படுத்தி இழிவுபடுத்திச் சொன்னால், அவர்கள் செய்ததற்கும், நீங்கள் செய்வதற்கும் வித்தியாசம் இல்லை என்று ஆகிவிடும். இதனைக் கண்டு நான் மிகப் பெரிய அதிர்ச்சியும் வேதனையும் அடைந்தேன். அவர்கள் செய்ததை ஒரு கட்டத்தில் நியாயப்படுத்துவதற்கு ஏதுவாகிவிடும். 'நீங்கள் மட்டும் இப்படிப் பேசலாமா, நாங்கள் பேசக்கூடாதா' என்று அவர்கள் கேட்கும்படி ஆகிவிடும்.

பெரியாரோ கலைஞரோ சொன்னதை மேற்கோள் காட்டலாமே தவிர, அவர்களது சிலைக்குச் செருப்பு மாலை அணிவிப்பது போன்ற செயல்களை அனுமதிக்கக்கூடாது. இது வன்மத்தை மேலும் வளர்ப்பதற்கு வழிவகுக்கும். கடவுள் நம்பிக்கை, ஹிந்து மத நம்பிக்கை, இந்தியாவின் மீது நம்பிக்கை வைப்பவர்கள், தகுந்த ஆதாரங்களை வெளிப்படுத்தி, நேரடியான விமர்சனங்களை வைப்பதுதான் இந்த சமுதாயத்துக்கு நல்லது. இதனைத் தவறாகப் பயன்படுத்தினால், இரு முனைக் கத்தியாக யார் மீது வேண்டுமானாலும் பாயக்கூடிய அபாயம் உண்டு. இந்த விஷயம் மிக மோசமாகத் திசை திரும்பிவிடும்.

இதில் சிலர் திரு சுப.வீர பாண்டியனை விமர்சிப்பதாகக் கருதி செட்டியார் சமூகத்தை விமர்சிப்பதும்; பெரியாரை விமர்சிப்பதாகக் கருதி, நாயுடு, நாயக்கர் சமூகத்தை விமர்சிப்பதும்; பிற மொழி பேசுபவர்களை விமர்சிப்பதுமாகக் கடுமையான விஷயங்கள் நடந்து கொண்டிருக்கின்றன. இது ஒரு ஆபத்தான போக்கு.

நமக்குள் மத ரீதியாக, ஜாதி ரீதியாக, மொழி ரீதியாக, எல்லை ரீதியாக, எத்தனை விதத்தில் நம்மைப் பிளவுபடுத்திச் சிதறடிக்க முடியுமோ அத்தனையும் செய்து, அப்போதுதான் நாம் குளிர்காய முடியும் என்று நினைப்பவர்களுக்குத் தீனி போடுவதுபோல, நெருப்புக்குப் பக்கத்தில் பஞ்சை வைப்பதுபோல இது அமைந்து விடும். இப்படி ஒரு நபரை விமர்சிப்பதற்காக அந்த சமுதாயத்தையே விமர்சிப்பது பாவக்கணக்கில், குற்றக் கணக்கில் சேரும்.

செட்டியார் சமூகம் சைவத்துக்கும், வைணவத்துக்கும் ஹிந்து மதத்துக்கும் ஆற்றிய தொண்டு பற்றி நான் ஏற்கனவே பேசி இருக்கிறேன். ஒருவரை விமர்சிப்பதற்காக அச்சமூகத்தினரையே விமர்சிப்பது லட்சக்கணக்கான அச்சமூகத்தைச் சேர்ந்தவர் களைக் காயப்படுத்தும். சுப.வீரபாண்டியன் மத நம்பிக்கை இல்லாதவர். அவரை இவ்விமர்சனங்கள் எவ்விதத்திலும் பாதிக்காது. மாறாக, அந்தச் சமூகத்தைச் சேர்ந்த இளைய தலைமுறையினரை, மாற்றார் பக்கம் செல்லத் தூண்டும்.

நாயுடுக்கள், நாயக்கர்கள் என்பவர்கள் மிகப் பெரிய வைஷ்ணவர்கள். ஸ்ரீவில்லிபுத்தூர் கோவிலில் நடக்கும் புரட்டாசி, மார்கழி, ஆடி மாதம் ஆகிய உற்சவங்கள், அங்கு வசிக்கும் இச்சமூகத்தினரால்தான் இன்றும் விமர்சையாக நடத்தப்படுகின்றன. கண்ணனை அவர்கள் கடவுளாகக் கருதவில்லை. தங்கள் வீட்டுப் பிள்ளையாகவே நினைக் கிறார்கள் என்றால் மிகையாகாது. பிள்ளைமார், முதலியார் போன்ற இனத்தைச் சேர்ந்தவர்களின் பங்கிலும் எந்தவிதக் குறையும் இல்லை. இவர்களையெல்லாம் விமர்சிக்க ஆரம்பித்தால், பக்குவம் அடையாத இளம் வயதினரும்கூட எதிராகத் திரும்பிவிடும் அபாயம் உள்ளது. சமூக விரோதிகள் சிலரின் திட்டமிட்ட சதிக்கு நாம் இரையாகிவிடக்கூடாது.

நாம் தனி நபர்களைக் கேள்வி கேட்போம், விமர்சனம் வைப்போம். ஆனால், தரக்குறைவாக அல்ல. அந்தக் கேள்வியும் விமர்சனமும் கூட அவர்கள் சார்ந்த சமூகத்தையோ, தனி நபரையோ இழிவு படுத்துவதாக அமையக்கூடாது. அது நமக்கே நாம் குழிவெட்டிக் கொள்வதாகும் என்பது என் திடமான கருத்து.

•

நண்பர்களே! விடுதலைச் சிறுத்தைகள் கட்சியின் தலைவர் திரு. திருமாவேளவன் வெளியிட்ட வீடியோ ஒன்றின் ஒரு சிறு

பகுதியை நான் காண நேர்ந்தது. அதில் அவர் கூறிய ஒரு வரி என்னை மிகவும் அதிர்ச்சிக்குள்ளாக்கியது. 'முருகன் பற்றிய விமர்சனம் - அதற்கு தமிழர்கள் கோபப்படலாம், பேசலாம். ஆனால், ஹெச்.ராஜா பேசலாமா' என்று கூறியிருந்தார்.

இது என்ன கணக்கு? தமிழர்கள் பேசலாம், ஹெச்.ராஜா பேசலாமா என்றால், ஹெச்.ராஜா தமிழர் இல்லையா? எப்படி? அவரின் தாய்மொழி தெலுங்கோ கன்னடமோ கிடையாது. அவர் ஜார்கண்டிலிருந்தோ, உத்தரப் பிரதேசத்திலிருந்தோ வந்தவர் இல்லை. இங்கே சிவகங்கையில், காரைக்குடியில் பிறந்து வளர்ந்தவர். பல தலைமுறைகளாக அங்கேயே இருக்கும் குடும்பம். மண்ணின் மைந்தர்கள். அங்கேயே சட்டமன்றத் தொகுதி, நாடாளுமன்றத் தொகுதியில் போட்டியிட்டவர். அப்படி என்றால், அவர் பிராமணர் என்ற ஒரு காரணத்துக்காக திரு.திருமாவளவன் அவரை அப்படிச் சொல்லியிருப்பார் என்று கருதுகிறேன். இது ஒருவேளை தப்பாக இருக்கலாம். அவர் திருத்தினால், ஏற்றுக் கொள்ளத் தயாராக இருக்கிறேன்.

அப்போது, இது என்ன மாதிரியான ஒரு பிரச்னை என்று எனக்குப் புரியவே இல்லை. அவர் பிரிட்டனிலிருந்து வந்தவரா, இல்லை கொரியாவிலிருந்து வந்தவரா? இல்லையென்றால், வெளியில் தமிழ் பேசிவிட்டு வீட்டில் ஒருவேளை சமஸ்கிருதம், தெலுங்கு, கன்னடம் அல்லது மலையாளம் பேசுகிறாரா? அப்படி இருந்தாலும், தமிழகத்தில் பட்டியல் இனத்தைச் சேர்ந்தவர்கள் எத்தனை பேர் தெலுங்கு பேசக்கூடியவர்களாக இருக்கிறார்கள்! அவர்களை எல்லாம் திருமா தமிழர் என்பாரா, தெலுங்கர் என்பாரா அல்லது திராவிடர் என்பாரா? அவர்கள் முருகனைப் பற்றிப் பேசுவதற்கு அருகதை இல்லை என்று சொல்வாரா?

ஆர்.கே. நகர் தொகுதியில் எத்தனை பேர் தெலுங்கு மொழியினர் தெரியுமா! அங்கே விடுதலைச் சிறுத்தைகள், திமுக, செல்வி ஜெயலலிதா ஆகியோர் போட்டியிடவில்லையா? அது தமிழகத்தைச் சேர்ந்த பகுதி இல்லையா? அங்கு நிறையத் தெலுங்கர்கள் இருக்கிறார்கள் என்பதற்காக நீங்கள் வேறு ஏதாவது சொல்வீர்களா / இப்படி மாற்று மொழி பேசுபவர்கள் - இப்போது ஹெச் ராஜா அவர்கள் மாற்று மொழியினர் அல்லர். வீட்டில் தமிழ் பேசுபவர். ஒரு பேச்சுக்கு அப்படி என்றால் கூட தமிழகத்தில், இருக்கக்கூடிய லட்சக்கணக்கான மாற்று மொழியினரை, பட்டியல் இனத்தவர், அல்லாதவர்

அனைவரையும் சேர்த்துதான் சொல்கிறேன், திரு.திருமா அவர்கள் எப்படிப் பார்க்கிறார்?

முஸ்லிம்களில், தமிழ் முஸ்லிம்கள், உருது முஸ்லிம்கள் என்று உண்டு. வேலூர், ஆம்பூர், வாணியம்பாடி ஆகிய இடங்களில் இருக்கும் பலர், தங்களுக்குள் உருது பேசுவார்கள். திருமணம் செய்யும்போதும் தமிழ் முஸ்லிமா, உருது முஸ்லிமா என்று பார்ப்பதுண்டு. அப்போது, உருது பேசும் இஸ்லாமியச் சகோதரர்களைத் திரு.திருமாவளவன் எப்படிப் பார்க்கிறார்? அவர்கள் தமிழர்கள் இல்லை என்று சொல்வாரா? தமிழ் நாட்டிலேயே பிறந்து, வளர்ந்து இங்கேயே வசிக்கக்கூடிய வேற்றுமொழி இனத்தவரை நீங்கள் இப்படிப் பாகுபடுத்திப் பார்க்க ஆரம்பித்தால் என்ன அர்த்தம்?

அப்போது, வீட்டில் தமிழ் மொழி பேசும், தமிழையே தாய் மொழியாகக் கொண்ட திரு ஹெச்.ராஜா எப்படித் தமிழர் அல்லாதவர் ஆவார்? அவர் பிராமணர் என்ற காரணத்தினால் தானே? மறுபடியும் சொல்கிறேன், திரு.திருமா, திரு ஹெச் ராஜாவை ஜாதியால் மட்டுமே பார்க்கிறார், மொழியால் அல்ல. அடுத்து, நீங்கள் ஆரியம், திராவிடம் என்ற பாயின்ட்டுக்குப் போகப் போகிறீர்கள். அந்த இடத்துக்கு நானும் வருகிறேன். மொழித் தூய்மை, இனத் தூய்மை, ஜாதித் தூய்மை பேசக்கூடாது என்ற திரு சீமான் அவர்களின் சித்தாந்தத்துக்கு, பல முறை எதிர் சித்தாந்தம் பேசியவர் திரு.திருமா. கலப்புத் திருமணம் ஆகியவற்றை ஆதரிப்பவர்.

இப்போது, தமிழ் நாட்டுக்குத் தண்ணீர்ப் பிரச்னை கர்நாடாகாவால், ஆந்திரத்தால், கேரளத்தால் ஏற்படுகிறது. இந்த மூன்றுடன் தமிழகத்தையும் சேர்த்துதான் திராவிடம் என்று அழைக்கிறார்கள். திராவிடம் என்ற சொல்லைத் தமிழ் நாட்டினரைத் தவிர வேறு யாரும் பயன்படுத்துவதில்லை. திராவிடர்கள் என்பதால் நமக்குத் தண்ணீர் தருவதும் கிடையாது. அத்தனை குடைச்சல்களையும் கொடுக்கிறார்கள். மாநிலத்தைத் தனியாகத்தான் பார்க்கிறார்கள். நாம்தான் இன்னும் அதனைத் தூக்கிப் பிடித்துக் கொண்டிருக்கிறோம். திருமா திராவிடம் பக்கம் நிற்கிறாரா அல்லது தமிழன் பக்கம் நிற்கிறாரா? திரு சீமான் கேட்கக் கூடிய கேள்விக்குத் திருமாவால் பதில் சொல்ல முடியுமா? எந்தச் சித்தாந்தம் சரி, அவர் எந்தச் சித்தாந்தத்தில் நிற்கிறார்?

வேறு ஒரு சமூகத்தைச் சேர்ந்தவர் என்பதற்காக புறக்கணிப்பு அரசியல், அவமதிப்பு அரசியல், இப்படிக் கட்டம் கட்டி அடையாளப்படுத்தி அவமதிக்கக்கூடிய அரசியலை, எத்தனை நாட்களுக்குத்தான் கடைப்பிடிப்பீர்கள்? இது நியாயமான அரசியலா என்று அவரிடம் கேட்க விரும்புகிறேன்.

திரு அம்பேத்கர், மத்தியப் பிரதேசத்தில் பிறந்தவர். அவரை இப்போது ஆரியராகப் பார்க்கப் போகிறோமா அல்லது நமது ஆளாகப் பார்க்கப் போகிறோமா? வட மாநிலத்தில் பிறந்தவர்கள் எல்லாரும் வடவர்கள், ஆரியர்கள் என்ற கணக்குப் படி பார்த்தால், அம்பேத்கரை அவர் ஆரியத்தில் சேர்ப்பாரா மாட்டாரா?அவர் வட மொழியைப் பற்றி, தமிழ் மொழியைப் பற்றி, ஹிந்து மதத்தைப் பற்றி, நமது பிராசீனம், பூர்விகம் பற்றியெல்லாம் எவ்வளவு எழுதியிருக்கிறார்? அவர் ஒரு பிராமணப் பெண்ணைத் திருமணம் செய்து கொண்டார். அவரை நீங்கள் எந்தப் பட்டியலில் சேர்ப்பீர்கள்? பட்டியல் இனத்துக்காகப் போராடியவர் என்பதற்காக நம்மைச் சேர்ந்தவர் என்று சொல்வாரா இல்லை வடவர் என்பதால் ஆரியர் என்று சொல்வாரா? ஏதாவது ஒரு தெளிவு இருக்கிறதா? எல்லா வற்றுக்கும் பொருந்துகிறது போல் ஒரு அளவு கோல் இருக்கிறதா?

தமிழா திராவிடமா என்றால் ஒரு பார்வை, ஆரியமா திராவிடமா என்றால் மற்றொரு பார்வையா? தமிழ் நாட்டிலேயே பிறந்து வளர்ந்திருந்தாலும், ஒரு குறிப்பிட்ட சாதியினரை வேறு மாதிரிப் பார்ப்பது. வேறு மாநிலத்தவர்கள் வேறு மொழியினரை வேறு ஒரு தட்டில் வைத்துப் பார்ப்பது என்றால் இது எங்கே போய் நிற்கும்?

நாம் அம்பேத்கரை வணங்கவில்லையா, கொண்டாட வில்லையா? சரி, திரு திருமா கொண்டாடுகிற, முழுமையாக ஐக்கியப்படுத்திக்கொள்கிற பெரியார் தன்னைத் தமிழர் என்று எப்போதாவது சொல்லியிருக்கிறாரா? அவரைத் தமிழர் என்று இவர் ஏற்கிறாரா? அவர் தமிழரில் வருவாரா திராவிடரில் வருவாரா? அவரைத் தமிழராக திரு சீமானோ, திரு மணியரசனோ, மற்ற இயக்கங்களோ ஏற்பார்களா?

ஒரு பெரிய அறிஞர் சொல்லிக் கேட்டிருக்கிறேன். பெரியார் தனது கடைசிப் பொதுக்கூட்டத்தை தி.நகரில் நடத்தினார். அங்கு பேசும்போது, தமிழர்களைப் பற்றி அவ்வளவு இழிவான வார்த்தைகளைப் பயன்படுத்திப் பேசினார் என்றும், தான்

நேரிலேயே கூட்டத்துக்குச் சென்றிருந்ததாகவும், இதைக் காதால் கேட்டதாகவும், கண்ணால் பார்த்ததாகவும் சொன்னார். எப்போ தெல்லாம் பழித்துத் திட்ட வேண்டுமோ அப்போதெல்லாம் பெரியார் தமிழர் என்னும் சொல்லைப் பயன்படுத்துவார் என்றும், எப்போதெல்லாம் புகழ வேண்டுமோ அப்போ தெல்லாம் திராவிடர் என்னும் சொல்லைப் பயன்படுத்துவார் என்றும் அந்தத் தமிழ் ஆராய்ச்சியாளர், மேலும் சொன்னார். இதற்கு திரு சீமான், திரு வீரமணி, திரு சுப.வீ, திரு திருமா ஆகியோர் என்ன சொல்லப் போகிறார்கள்? இழித்துப் பேசும்போது தமிழர், உயர்த்திப் பேசும்போது திராவிடரா?

சரி. ஹெச்.ராஜாவை நீங்கள் எப்படிப் பார்க்கிறீர்கள்? பிராமணர் என்பதால் ஆரியர் என்று பார்க்கிறீர்கள். அப்போது எனக்கு ஒரு அடிப்படையான கேள்வி ஒன்று உள்ளது. வெளி நாட்டில் பிறந்து, 25 வயதுக்குப் பிறகு ஒரு இந்தியரைத் திருமணம் செய்து கொண்டு இந்தியாவுக்கு வந்த திருமதி சோனியா காந்தியை திரு திருமா, வெளி நாட்டவராகப் பார்க்கிறாரா, ஆரியராகப் பார்க்கிறாரா அல்லது இந்தியராகப் பார்க்கிறாரா?

'சோனியா காந்தி வாழ்க' என்று தன் குரலால் கோஷம் போட்டவர் திரு திருமா. அவருக்காக வாக்குக் கேட்டவர். அவருடன் கூட்டணி வைத்துக்கொண்டவர். இலங்கையில் தமிழருடைய அழிவுக்குக் காரணமாக இருந்தது காங்கிரஸ் என்று ஒரு பக்கம் குற்றம்சாட்டிக்கொண்டு, இலங்கைப் போர் உச்சகட்டத்தில் இருக்கும்போதே தேர்தலில் காங்கிரஸோடு கூட்டணி வைத்துக் கொண்டவர்.

செல்வி ஜெயலலிதா திரு திருமாவுக்கு முதன் முறையாக சீட் கொடுத்து, ஒரு பெரிய அளவிலான அங்கீகாரம் கொடுத்தவர். இருவரும் கூட்டாகத் தேர்தல் பிரசாரத்தில் ஈடுபட்டனர். அவரைத் திரு திருமா ஆரியராகப் பார்க்கிறாரா அல்லது திராவிடராகப் பார்க்கிறாரா?

தமிழக அரசியலில், திமுகவைவிட அதிமுக அதிக காலம் ஆண்டிருக்கிறது. எம்.ஜி.ஆர் ஆட்சிக்காலத்தில் ஒருமுறை, ஜெயலலிதா ஆட்சிக்காலத்தில் ஒருமுறை என்று இரண்டு முறை தொடர்ந்து இரு தேர்தலில் ஜெயித்திருக்கிறது. தங்களது இறை நம்பிக்கையைப் பல முறை பறை சாற்றியிருக்கிறது அக்கட்சி. அந்த எம்.ஜி.ஆரையும் ஜெயலலிதாவையும் திரு திருமா, ஆரியராகப் பார்க்கிறாரா அல்லது திராவிடராகப் பார்க்கிறாரா?

கேரளம், கர்நாடகம், ஆந்திரா, தமிழகம் ஆகியவற்றைத் திராவிடம் என்று அழைத்த திரு கருணாநிதி, கடுமையான போட்டியாக எம்.ஜி.ஆர் உருவெடுத்தபோது, 'இந்தியாவில் இரண்டு கேரளம் இருக்க முடியாது' என்று கூறியிருக்கிறார். அப்போது திராவிடம் எங்கே போயிற்று? ஆரியம் என்றில்லாமல், தமிழர் அல்லாதவர் எனும் பிரச்னை உருவெடுத்தது.

செல்வி ஜெயலலிதா, அரசியலுக்கு வரும்முன்பு, நடிகையாக மட்டும் இருந்தபோது, ஒருமுறை எழுபதுகளில், மைசூரில் நடந்த ஒரு ஷூட்டிங்கில், கன்னடவர் பலர் சூழ்ந்து கொண்டு, 'நீ கன்னடப் பெண்தான் என்று சொல்' என்று வற்புறுத்தினர். ஷூட்டிங்கை நிறுத்தி மிரட்டினர். உயிருக்கு ஆபத்து என்ற நிலைமையிலும், சற்றும் பயப்படாமல், 'நான் பிறந்ததுதான் கர்நாடகமே தவிர, நான் மொழியால் ஒரு தமிழச்சிதான்' என்று தைரியமாகச் சொன்னார். அரசியல் வாசனையே அறியாதவராக இருந்தார் அப்போது. அவரைத் திரு திருமா, ஆரியராகப் பார்க்கிறாரா திராவிடராகப் பார்க்கிறாரா?

தமிழ் நாட்டில் இன்று காணக்கூடிய தமிழ் இலக்கியங்களை, நூல்களைக் கஷ்டப்பட்டு ஊர் ஊராக, வீடு வீடாக, தெருத்தெருவாக, மடம் மடமாக அலைந்து, தமிழ் ஓலைச் சுவடிகளைத் திரட்டி, கைப்பணம் செலவழித்து அவற்றைத் தமிழ் மக்களிடம் சேர்த்த, 'தமிழ்த் தாத்தா' என்று அன்புடன் அழைக்கப்படும் திரு உ.வே.சா அவர்களைத் திரு திருமா அவர்கள், ஆரியராகப் பார்க்கிறாரா அல்லது திராவிடராகப் பார்க்கிறாரா?

தமிழருக்கு இவர் ஆற்றிய தொண்டினை விட மற்றொருவர் ஆற்றியிருக்க முடியாது. வெளி நாட்டில் பிறந்த கால்டுவெல் ஒரு புத்தகம் எழுதினார் என்பதால், அவரைத் தமிழராகவே அடையாளப்படுத்தி, சிலை வைத்துக் கொண்டாடும் நாம், தமிழகத்திலேயே பிறந்து வளர்ந்து, தமிழுக்கு அரிய தொண்டாற்றி, இங்கேயே மரித்த உவேசா போன்றவர்களை, பிராமணராகப் பிறந்ததாலேயே ஆரியராகப் பார்க்கிறார்களா? அவர்களைப் பற்றிய திரு திருமாவின் பார்வையை நான் தெரிந்துகொள்ள விரும்புகிறேன்.

●

- 11 -

அடுத்த பிரிவினை ஆரம்பம்

நண்பர்களே, இந்த கந்த சஷ்டிக் கவசம் மற்றும் முருகனின் கீர்த்திபற்றி இழித்தும் பழித்தும் பேசப்பட்ட விஷயங்கள் இப்போது அடுத்த கட்டத்தை நோக்கி நகர்ந்து கொண்டிருக் கின்றன. இதில் ஒருவர் சரணடைந்திருக்கிறார். ஒருவர் கைது செய்யப்பட்டிருக்கிறார். இதில் சரணடைந்தவர் கொடுத்த பேட்டியில், 'நான் செய்தது எதுவும் தவறில்லை. என்ன இருக்கிறதோ அதைத்தான் சொன்னேன், எந்த விமர்சனப் பார்வையும் வைக்கவில்லை' என்று சொல்லியிருக்கிறார். இது மிகவும் கவனிக்கத்தக்கது. அதிர்ச்சி தரத்தக்கது. அவர்கள் வீடியோக்களில் எல்லாத் தெய்வங்களையும் பழித்திருக் கிறார்கள்.

கண்டனங்களுக்குப் பதில் சொல்லும்போது, தமிழர்களின் உணர்வுகள் புண்பட்டிருந்தால், மன்னிப்புக் கோருகிறோம் என்று சொன்னவர்கள், சரணடையும்போது மாற்றிப் பேசியது ஏன்?

இது எனக்குக் கவலையை உண்டாக்குகிறது. இது போன்ற விஷயங்களுக்குத் தேவையில்லாமல் முக்கியத்துவம் கொடுத்து அதைப் பெரிதாக்குகிறோமோ? புறக்கணிக்காததால் வந்த சிக்கலோ இது என்ற எண்ணம் உண்டாகிறது. இப்போது

இவ்விருவரும் சிறையில் இருப்பார்கள். வழக்குத் தொடர்பாக மொத்தமாகச் சிறையில் இருக்கக்கூடிய நாட்களே மொத்தம் பனிரெண்டுதான்.

இதன் பிறகு, மேல்முறையீடு இதெல்லாம் யோசித்தால், விசாரணை நடந்து, தண்டிக்கப்பட்டு, சிறைக்குச் செல்வது சாத்தியமாகத் தோன்றவில்லை. நீதிமன்றம் இதனைக் கண்டிக்கலாம். ஆனால் அவர்கள் சிறைத்தண்டனை பெறுவார்களா என்பது சந்தேகம்தான்.

இவர்களின் அலுவலகம், இப்பிரச்னை தொடர்பாக மூடி சீல்வைக்கப்பட்டிருப்பது, ஒரு ஆச்சரியமான செய்தி. இது அரசுத் தரப்பில் செய்யப்பட்ட ஒரு கடுமையான நடவடிக்கையாக நாம் பார்க்கலாம். ஆனால், அந்த அலுவலகத்தை மூடுவதால் மட்டுமே, இதனை நிறுத்த முடியாது. ஏனெனில், இது ஒரு சோஷியல் மீடியா. இடம், பொருள், ஏவல் அத்தனைக்கும் அப்பாற்பட்டதாக இருக்கிறது. புரியும்படி சொல்ல வேண்டுமெனில், 'தமிழ் ராக்கர்ஸ்' என்று ஒரு வலைத்தளம். தமிழில் வரப்போகும், வந்த சினிமாக்களையெல்லாம் உடனடியாக அவர்கள் தளத்தில் போட்டுவிடுகிறார்கள். தமிழக அரசு, மத்திய அரசு, நீதிமன்றங்கள் ஆகியவை கண்டித்து, தடைவிதித்த பிறகும் அவர்கள் தொடர்கிறார்கள். அதுதான் சமூக வலைத்தளங்களின் வீரியம். அவர்கள் இதனை வேறு நாடுகளில் இருந்து, வேறு டொமைன்களிலிருந்து, வேறு ஐடியிலிருந்து இதனைத் தொடரலாம். அலுவலகத்தை மூடுவதால் மட்டும் இது முடக்கப்படாது. தொடர் நடவடிக்கைகள் மூலம்தான் இது சாத்தியப்படும்.

அதனால், இந்த சைபர் கிரைம் மாதிரியான குற்றங்களை நிறுத்துவதற்கு இதனைவிட இன்னும் கடுமையான சட்டங்கள் வேண்டும். மகளிர் நீதி மன்றங்கள் போல இதையும் விரைவாக விசாரிப்பதற்கு தனி சோஷியல் மீடியா நீதிமன்றங்கள் என்று தொடங்கினால்தான் சாத்தியப்படும். இல்லையென்றால், அவர்கள் தடயங்களை அழித்துவிடலாம், மற்றும் நிறையக் காமெடி செய்ய வாய்ப்புண்டு.

இதற்கிடையில், கோவை சவுந்தராபுரத்தில், பெரியார் சிலைக்கு காவிச் சாயம் பூசி ஒரு அவமரியாதை நடந்திருக்கிறது. இது தொடர்பாக 'பாரத் சேனை' என்ற அமைப்பைச் சேர்ந்த ஒருவர் குற்றத்தை ஒப்புக்கொண்டு சரணடைந்ததாகக் கேள்விப்

படுகிறோம். இது ஒரு மிகத் தவறான முன்னுதாரணம். எந்த ஒரு தவறுக்கும் இன்னொரு தவறு நியாயமாகாது. தவறு செய்தவரைச் சட்டத்தின் முன் நிறுத்தித் தண்டனை வாங்கித் தர நாம் முயற்சிக்க வேண்டும்.

'நீ செய்ததை யாரும் கேட்கவில்லை. நான் செய்ததையும் யாரும் கேட்கக்கூடாது' என்பது சரியில்லை. தண்டனைகள் தத்துவங் களுக்கு அல்ல. தவறுகளுக்குதான். நான் கடவுள் மறுப்பாளனாக இருக்கலாம், மதம் சாராதவனாக இருக்கலாம். அதெல்லாம் அவரவர் தனிப்பட்ட விருப்பம். நான் எப்படி உங்களைப் புண்படுத்தக்கூடாதோ அதுபோல் நீங்களும் என்னைப் புண்படுத்தக்கூடாது.

முருகனை அவமதித்ததற்காகப் பெரியார் சிலையை அவமதிப்பது தவறு. அவர் கடவுளை அவமதித்த காலங்கள் வேறு. இதைப் பற்றிய விவாதங்கள் எழும்போது, அவர் சொன்னதை மேற்கோள்காட்டிப் பேசலாம். இன்று இவர்கள் பெரியாருடன் தொடர்புடையவர்களாக இருந்தாலும், இவர்களுக்கெல்லாம் அவர் பிதாமகராக இருந்தாலும், இவர்கள் செய்த தவறைப் பெரியாருடன் தொடர்புபடுத்தக் கூடாது. இதை நியாயம் என்று நாம் நினைத்தால், அவர்கள் முருகனை அவமதித்ததும் நியாயம் என்று ஆகிவிடும். அதனால், வன்முறைப் பாதையோ, தவறான பாதையோ, தத்துவங்களை இழிவுபடுத்தும் பாதையோ இருக்கக் கூடாது.

பெரியார் சிலை அவமதிக்கப்பட்டபோது, திமுக, அதிமுக, விடுதலைச் சிறுத்தைகள் அமைப்பு ஆகியோர் உடனடியாகக் கண்டனம் தெரிவித்தனர். நல்ல விஷயம். எனக்கும் ஏற்புடையதுதான். உண்மையான ஆன்மிகவாதிகள் கூட இதைக் கண்டிப்பார்கள். ஆனால், அதே மாதிரி, முருகன் அவமதிக்கப் பட்டபோது, இவர்கள் யாரும் ஏன் முன் வரவில்லை, குரல் கொடுக்கவில்லை என்பது இங்கு கேள்வி. இது மக்கள் எழுச்சியாக மாறி கீழிருந்து குரல் வந்த பிறகு, கைது நடவடிக்கை, அலுவலகம் பூட்டப்படுவது ஆகியவை நடந்தன. இவை ஆறுதலளிக்கக் கூடியவையாக இருக்கின்றனவே தவிர நிறைவளிக்கக்கூடியதாக இல்லை. எல்லாரும் வற்புறுத்திய பிறகுதான் நடவடிக்கை எடுப்பது வியப்புக்குரியது.

இப்போது, முருகன் அவமதிக்கப்பட்ட பிறகு, பெரியார் சிலை அவமதிக்கப்பட்ட பிறகு, திரு கமலஹாசன், இரண்டுக்கும்

பொதுவாக ஒரு கருத்தைச் சொல்லியிருக்கிறார். திமுகவின் திரு ஆர்.எஸ் பாரதி, முருகனை இழிவுபடுத்தியது கண்டிக்கத் தக்கது என்று சொல்லியிருக்கிறார். திமுகவில் ஒரு கோடி பேர் ஹிந்துக்கள்தான் என்றும், 'ஒன்றே குலம் ஒருவனே தேவன்' என்றும் பகிரங்கமாகச் சொல்லியிருப்பது நமக்கு ஆறுதலாகவும் மகிழ்ச்சியாகவும் இருக்கிறது.

கண்டனங்கள் தாமதமாக வந்தது, ஹிந்துயிசம் மட்டும்தான் இப்படிப் புறக்கணிக்கப்படுமா என்ற கேள்வியை எழுப்புகிறது. இதற்கிடையில், ட்விட்டரில் ஒரு டிரெண்டிங் பார்த்தேன், 'பெரியாராவது............ ' என்று. இது மிகவும் தவறு. பெரியார் பல சமயங்களில் ஹிந்து மதத்தை, ஹிந்து கடவுள்களை மிகவும் கேவலப்படுத்தியிருக்கிறார். எனக்கு அதில் பெரிய வருத்தம் உண்டு. மக்களால் பெரிதும் மதிக்கப்படும், இறந்துவிட்ட ஒருவரைப் பற்றி நாம் இவ்வாறு அவதூறாகப் பேசுவது எனக்கு உடன்பாடில்லை. சாமானிய மக்கள் இப்படிக் கிளம்பினால், அது கலவரத்தில்தான் போய் முடியும்.

இதற்கிடையில், ஹிந்து அற நிலையத்துறை அமைச்சர் சேகூர் இராமச்சந்திரன், முருகன் அவமதிப்புக்குக் கண்டன அறிக்கை ஒன்றைக் கொடுத்திருக்கிறார். ஆறுதலாக இருக்கிறது. முந்தைய வீடியோ ஒன்றில் நாம் ஒரு கேள்வி எழுப்பியிருந்தோம். முருகன் கோயில் பக்தர்களின் உண்டியல் பணத்தை மட்டும் எடுத்துக் கொள்ளும் அரசு, ஏன் இதற்குக் கண்டனம் எழுப்பவில்லை என்று. இது மகிழ்ச்சிக்குரியது.

இது, அடுத்தகட்டமாக எங்கே போகும் என்று யோசித்தபோது, பல வகைகளிலும் திசைதிருப்பப்படும் என்று ஊகிக்க முடிகிறது. அதாவது, அவர்களே வருத்தம் தெரிவித்தபோது, சம்ஸ்கிருதத்தில் உள்ளதைத்தான் நாங்கள் விமர்சித்தோம். தமிழர்கள் மனம் புண்பட்டிருந்தால் வருந்துகிறோம் என்று கூறப்பட்டது. அதாவது இது ஆரியத்துக்கும் திராவிடத்துக்குமான யுத்தம் என்று கிளப்புவார்கள். பிறகு அதிலேயே ஒரு கிளையாக இருக்கக்கூடிய திராவிடம் - தமிழர்கள் என்பது. பிறகு, தமிழர்களிலேயே பிராமணர், பிராமணர் அல்லாதோர். பின்பு, பிராமணர் அல்லாதோரிலேயே, பிற்படுத்தப்பட்டவர் மற்றும் ஒடுக்கப்பட்டவர். பிறகு, அதற்குள்ளேயே, ஜாதிப் பாகுபாடு. இப்படி தமிழர்களை, மனிதர்களை, இந்தியர்களை, ஹிந்துக்களை எவ்வளவு தூரம் பிளவுபடுத்த முடியுமோ, அவ்வளவு தூரம் செய்வர்.

காலங்காலமாக இந்தப் பிளவு சக்திகளையும் மீறி ஹிந்து மதமும் தழைத்துக்கொண்டுதான் இருக்கிறது. இந்தத் தீய முயற்சிகளை நாம் கடந்து வர வேண்டும் என்பதுதான் எனது வேண்டுகோள். கடவுள் பக்தி, ஹிந்துமத உணர்வுகள் என்பவை இந்த நிகழ்ச்சி மூலமாகப் புண்பட்டிருக்கிறது. இதனை நீக்க நடவடிக்கை எடுக்கவேண்டும். அவ்வளவுதான். இதைத்தாண்டி, வேறு ஒரு கோணம் இதற்கு இல்லை. அவ்வளவுதான் என் வேண்டுகோள்.

•

நண்பர்களே! இதற்கிடையில், நாம் தமிழர் இயக்கத் தலைவர் சீமான் ஒரு மூன்று பக்க விரிவான அறிக்கை கொடுத்திருந்தார். இவர், மக்களின் இறை நம்பிக்கையை மீட்டெடுப்போம் என்ற கொள்கையுடையவர். முருகன் என் முப்பாட்டன் என்று முழங்கியவர். வீரத் தமிழன் என்று பச்சைத் துண்டு போடுவார். இப்படிச் சொன்ன இவரே அமைதியாக இருக்கிறாரே என்று கேள்வி எழுப்பியிருந்தோம். இவரது அறிக்கையைக் கொஞ்சம் கட்டுடைப்போம். முருகனுடைய புகழ், தமிழருடைய தொன்மை, வரலாறு, இறையியல் தத்துவம், தமிழின் வீச்சு, பண்பாடு இதெல்லாம் இணை வைக்க முடியாது என்பதில் யாருக்கும் சந்தேகமில்லை. தமிழர்களுடைய வரலாறு கண்டு உலகமே வியந்து கொண்டிருக்கிறது. இதற்குச் சாட்சியாக ஆதிச்ச நல்லூர், கீழடி ஆகியவை உள்ளன. இது இல்லா விட்டால்கூட நம்மிடம் பல செப்பேடுகள், ஆவணங்கள், கல்வெட்டுகள் இருக்கின்றன. நமது இலக்கியங்கள் இதனை ஆவணப்படுத்துகின்றன. நகரமயமாக்கல், பட்டினத் துறை முகங்களின் சிறப்பு இவை பற்றிக் கூறும் இலக்கியமான சிலப்பதிகாரம் ஒன்று போதும் சாட்சிக்கு.

ஆனால், இதில் ஆரியம் பற்றிய ஒரு சர்ச்சை எழும். நாம் ஏற்கனவே சொன்னதுபோல், பாரதியார் கவிதையான 'என்று தணியும் இந்தச் சுதந்திர தாகம்' எனும் பாட்டில் ஆரியம் என்ற சொற்பிரயோகம் வருகிறது. 'மேன்மையானவன்' என்னும் பொருளில் அது பயன்படுத்தப்படுகிறது. இப்போது ஆரியம் மேன்மை என்றால், திராவிடம் என்பது கீழ்மையா என்று கேட்கக் கூடாது.

சிவப்பு, மஞ்சள் என்று இரண்டு நிறங்கள் இருந்தால், ஒரு நிறம் மேம்பட்டது, இன்னொன்று கீழானது என்று பொருள் இல்லை. அவை இரு வேறு நிறங்கள், அவ்வளவே. இதற்கு மிக சமீபத்தில்

திரு சுப.வீரபாண்டியன் ஒரு அர்த்தத்தைச் சொல்லியிருக்கிறார். அதைப் பின்பு பார்ப்போம். ஆனால் இன்று, ஆரியம், திராவிடம் என்பது ஒரு கருத்தியல் தத்துவமாகப் புழங்கப்படுகிறது. இதற்கு அறிவியல் ஆதாரம் இருக்கிறதா என்று எனக்குத் தெரியவில்லை. கால்டுவெல் சொன்னார் என்று திராவிட ஒப்பிலக்கியம் என்றெல்லாம் கூறப்படுகிறது.

தமிழர்கள் பூர்வகுடிகள் 'கல் தோன்றி மண் தோன்றாக் காலத்தில் முன் தோன்றிய மூத்தகுடி' என்பது நிரூபிக்கப்பட்ட உண்மை. உலகத்திலேயே ஆதி டி.என்.ஏ என்பது நமது மதுரைத் தமிழரிடம் எடுக்கப்பட்டு, அது, ஆப்பிரிக்காவிலுள்ள ஒருவரின் டி.என்.ஏ வுடன் பொருந்துகிறது என்று அறிவியல் பூர்வமாகவும் நிரூபிக்கப்பட்டது.

திரு சீமான் உள்ளிட்ட தமிழ் தேசியம் என்று வலியுறுத்தக்கூடிய, பலராலும் போற்றக்கூடிய ஒரு கவிஞர் திரு காசி ஆனந்தன். ஈழத் தமிழர், மிகப் பெரிய ஆராய்ச்சியாளர். நிதானமானவர். அவர், ஒரு விஷயத்தை மிகவும் தெளிவாக முன்வைக்கிறார். தமிழர்கள்தான் வேறு வேறு காரணங்களுக்காக இங்கிருந்து வடக்கே போய், மறுபடி அங்கிருந்து ஐரோப்பா, ஆப்பிரிக்கா, எத்தியோப்பியா, சைபிரஸ், இத்தாலி, கிரேக்கம், ஸ்கேண்டினேவியா போன்ற வெளி நாடுகளுக்கும் தூர தேசங்களுக்கும் போய், லட்சக்கணக்கான ஆண்டுகளாக நகர்ந்து, செல்கின்றனர். அவருள் ஒரு வகுப்பாரே வேத ஆரியராக மாறினர். பாரசீகம் முதலிய நாடுகளுக்குப் போய் கி.மு. 2000த்திலிருந்து, 1500 வரை அங்கிருந்து மறுபடி திரும்பத் தமிழ் நாட்டுக்கு வருகிறார்கள். இது ஒரு சுற்று போய் வந்ததுதானே தவிர புதிதாக யாரும் இங்கு ஊடுருவவோ அல்லது யுத்தம் செய்யவோ வரவில்லை என்று கூறியிருக்கிறார். தமிழர் வரலாறு என்னும் பாவாணர் புத்தகத்தை மேற்கோள் காட்டுகிறார். காசி ஆனந்தன் கூற்றை திரு சீமான் ஏற்கிறாரா அல்லது மறுக்கிறாரா என்பது கேள்வி.

அவரது அறிக்கையின் இரண்டாம் பக்கத்தில், 'ஆரியரை எதிர்த்து சமரிட்ட புத்தர், சமரச சன்மார்க்கம் கண்ட வள்ளலார், ஐயா வைகுந்தர், மராத்திய சிவாஜி' என்று ஒரு பட்டியல் போடுகிறார். இப்போது நமக்குப் பெரிய வியப்பு வருகிறது. இவர்களெல்லாம் ஆரியத்தை எதிர்த்தார்கள் என்று எதை வைத்துச் சொல்கிறார்கள் என்று. அப்போது ஆரிய இனம், அதன் பிறகு நிலப்பரப்பு,

மொழி, இப்போது சமூக நீதி என்ற பெயரில் திராவிடம் என்பது இருப்பதாக ஒரு தோற்றம்.

அதாவது திராவிடம் என்பது நிலப்பரப்பு, இனம், மொழி, சமூக நீதி என்று வரையறுத்தால், அதே பொருள்தான் ஆரியத்துக்கும் வரும். அதாவது, இது வேறு நிலப்பரப்பு, அது வேறு நிலப்பரப்பு. இது வேறு இனம், அது வேறு இனம். இது வேறு மொழி, அது வேறு மொழி. இது வேறு சமூக நீதி, அது வேறு சமூக நீதி என்றுதான் நாம் பொருள் கொள்ள முடியும். இப்போது, திரு சுப.வீரபாண்டியன் திராவிடம் இது என்று சொல்லும்போது, எதிராக அப்படித்தான் பொருள் வரும். இதனை திரு சீமான் ஏற்கிறாரா? அவர் திராவிடம் என்பதையே ஏற்க மாட்டார். அப்போது ஆரியம் என்பதும் இல்லை.

திராவிடக் கொள்கையில் ஊறிப்போன திரு சுப.வீரபாண்டியன் இப்படிச் சொல்லும்போது, அதற்கு இணையாக இருப்பதுதான் ஆரியமாக இருக்கமுடியும். இதனை திரு சீமான் ஏற்கிறாரா என்பது கேள்வி. அல்லது, ஆரியம் என்பது ஒரு மதம் என்று திரு சீமான் கருதுகிறாரா? அப்போது சத்ரபதி சிவாஜி நாம் நினைத்துக் கொண்டிருக்கும் ஆரியத்துக்கு எதிரியாகவா இருந்தார்?

வைகுந்தரைப் பின்பற்றக் கூடிய அய்யா வழி சமூகத்தவர்கள், சீமானின் இக்கருத்தை ஏற்கிறார்களா? அவர்கள் ஆரியத்தை எப்படிப் பார்க்கிறார்கள்? வள்ளலாரைப் பின்பற்றக்கூடிய சமரச சுத்த சன்மார்க்க சங்கத்தைச் சேர்ந்தவர்கள் சீமானின் இக்கருத்தை ஏற்கிறார்களா? சத்ரபதி சிவாஜியின் வாரிசுகள் இருந்தால் அவர்கள் இதனை எவ்விதம் பொருள் கொள்வார்கள்? பவுத்தர்கள் இதனை ஏற்கிறார்களா? புத்தர் எந்த மாதிரியான ஆரியத்தை எதிர்த்தார் என்று புரியவில்லை.

ஆரியத்தை ஹிந்து மதத்துடன் பொருத்திப் பார்க்கிறார் என்றால், திராவிடத்தை ஏற்கிறாரா என்று கேள்வி வரும். திரு சீமான், அம்பேத்கரை மேற்கோள் காட்டுகிறார். அம்பேத்கரையும், வள்ளுவனாரையும், ஆரியம் திருடப் பார்த்தது என்று சொல்கிறார். அம்பேத்கர் ஆரியர் இல்லை என்ற ஒரு திடமான முடிவுக்கு வருகிறது இந்த அறிக்கை. அப்போது, ஆரியம் என்பது நிலப்பரப்பு இல்லை என்று ஆகிறது. ஏனெனில், அம்பேத்கர் திராவிடம் என்னும் தென்மண்டலத்தில் பிறக்க வில்லை. அவர் வடமா நிலத்தில் பிறந்திருந்தாலும், அவர் ஆரியர் இல்லை என்று சொன்னால், ஆரியம் என்பது

நிலப்பரப்பு அல்ல, ஆரியம் என்பது மொழி அல்ல. ஆரியம் என்பது இனம் அல்ல என்பதை திரு சீமான் ஏற்கிறார் எனில், ஆரியம் என்பது என்ன என்பதை அவர் விளக்க வேண்டும்.

வடமா நிலத்தில் பிறந்த, ஹிந்தி பேசக்கூடிய ஒருவரை நம்மவராக ஏற்கும்போது, இந்தத் தமிழ் மண்ணில் பிறந்தவர்கள், வாழ்பவர்கள் அனைவரையும் திராவிடர் என்று சீமான் ஏற்பாரா?

பிறகு, வடக்கு, தெற்கு என்ற கணக்கையும் சீமான் விளக்க வேண்டும். மேலும், வள்ளுவரை எந்த ஆரியர் திருடப் பார்த்தார்? வள்ளுவர் ஒரு இறை ஏற்பாளர். ஒரு ஹிந்து. தமிழர். இதை யார் திருடப் பார்த்தார்கள்? உபி, ஜார்கண்ட் எங்காவது பிறந்தார் என்று சொல்லப்படுகிறதா? தமிழர் இல்லை என்று சொன்னார்களா? அல்லது கடவுள் மறுப்பாளர் என்று கூறப் படுகிறதா? திருக்குறளுக்கு உரை எழுதினார் திரு மு.கருணாநிதி. அந்தக் குறளோவியத்தில், பல குறள்களுக்கு ஹிந்து மதத் தத்துவங்களை அவரே உரையாக எழுதியிருக்கிறார். சமீபத்தில் நமது பிரதமர் லடாக்கில் பேசும்போது கூட வள்ளுவர் தமிழர் என்று கூறித்தான் மேற்கோள்காட்டினார். திருடியது யார் என்பதை திரு சீமான் விளக்க வேண்டும்.

பிறகு, அந்த அறிக்கையில், தமிழர்களின் முன்னோர் பட்டியலை வெளியிடுகிறார் திரு சீமான். அந்தப் பட்டியலில் திருமால், முருகன், கொற்றவை இவர்களைக் குறிப்பிடுகிறார். தொல்காப்பியம் முதலான எல்லோராலும் ஆதாரமாக ஏற்றுக் கொள்ளப்பட்ட, யாராலும் மறுக்க முடியாத நூல்களில் குறிப்பிடப்பட்ட வருணன் இந்திரன் ஆகிய தெய்வங்களைப் பற்றிக் குறிப்பிடவில்லை. ஏன் என்று தெரியவில்லை. ஒருவேளை விடுபட்டுப் போயிற்றா அல்லது வருணனும், இந்திரனும் ஆரியர்கள் என்ற முடிவுக்கு வருகிறாரா? அல்லது அவர்கள் தமிழர்கள் தெய்வம் இல்லையா? எந்த அடிப்படையில் விடுபட்டது என்று தெரியவில்லை.

இதில் ஒரு மகிழ்ச்சியான செய்தியும் உண்டு. இவர் மேலும், சிவன், கண்ணன் ஆகியோரைத் தமிழர்களின் முன்னோர்கள் என்று குறிப்பிடுகிறார். சிவன், திருமால், இந்திரன், முருகன், கொற்றவை ஆகியோர் நம் இலக்கியங்களில் ஐந்திணை தெய்வங்களாகக் குறிப்பிடப்பட்டுள்ளனர். முன்பே குறிப்பிடப்பட்ட திருமால், முருகன், கொற்றவையுடன், சிவனும், கண்ணனும் சேர்க்கப்பட்டனர். இதை முக்கியமான

ஒரு திருப்பமாகப் பார்க்கிறேன். இந்திரன், வருணன் ஆகியோரை ஆரியர்கள் என நினைத்து விட்டிருக்கலாம். இவர்களை ஹிந்து மதம் ஏற்றுவிட்டது. மிச்சமுள்ள பிள்ளையார் போன்றவர்களைச் சேர்த்துவிட்டால், மேலும் முப்பத்து முக்கோடி தேவர்களையும் சேர்த்துவிட்டு, அவர்கள் எல்லோரும் ஒன்றுதான். ஒன்றே குலம் ஒருவனே தேவன். ஒரு தெய்வத்தின் பல உருவ வெளிப்பாடுகள்தான் மற்றத் தெய்வங்கள் என்று திரு சீமான் ஏற்றுக் கொள்ளலாமே! எல்லாரும் மகிழ்ச்சியும் உற்சாகமும் அடைவார்கள்.

மேலும், ஒரு முக்கியமான பிரச்னையைத் திரு சீமான் கையாள்கிறார். இதனை ஆன்மிகச் சொற்பொழிவாளர் திரு சுகி சிவமும் மேற்கோள் காட்டுகிறார். அது என்னவென்றால், முருகன் வேறு, சுப்பிரமணியன் வேறு; சிவன் வேறு, ருத்ரன் வேறு; கண்ணன் வேறு, கிருஷ்ணன் வேறு; விஷ்ணு வேறு, திருமால் வேறு; கொற்றவை வேறு, பார்வதி வேறு இப்படிப் பல விஷயங்கள் புதிதாக முளைக்கின்றன. இது எங்கு போய் முடியும்? இதை ஏன் வேறு வேறு கடவுள்களாகப் பார்க்க வேண்டும் என்று எனக்குத் தெரியவில்லை. ஒரே கடவுளின் இரண்டு பெயர்கள் என்று இதைப் பார்க்கலாமே! சஹஸ்ர நாமம் என்பது ஒரு கடவுளுக்கு ஆயிரம் பெயர் என்பதாகும். அது போல ஏன் இருக்கக் கூடாது? நம் ஊருக்கே மெட்ராஸ், சென்னை என்று இரண்டு பெயர்களுண்டு. இரு பெயர்கள் இருப்பதால், இரண்டு வெவ்வேறு ஊராகிவிடுமா? தூத்துக்குடி என்றாலும், டூடுகொரின் என்றாலும் இரண்டும் ஒரே ஊரைக் குறிப்பிடுவதுதானே!

திரு சீமானுக்கே நிறையப் பட்டப் பெயர்களுண்டு. அது ஒவ்வொன்றும் வெவ்வேறு நபரைக் குறிப்பிடுவதாகுமா? ஒரு நபரையே அப்பா ஒருவிதமாகவும், அம்மா ஒருவிதமாகவும், பாட்டி ஆசையாக வேறுவிதமாகவும் கூப்பிடுவதுண்டே! ஆனால், அவை எல்லாம் அந்த ஒருவரை மட்டுமே குறிக்கக்கூடிய பெயர்களல்லவா? அதுபோல், அண்ணன் சீமான் குறிப்பிடும் ஆரியத்தை வடக்கு எனப் பொருள் கொண்டால், தெற்கே இருக்கும் தமிழர்கள் முருகனை ஒரு பெயரிலும், வடக்கே இருப்பவர்கள் அதே முருகனை வேறு பெயரிலும் ஏன் வழிபட்டிருக்கக்கூடாது? அவர்கள் சம்ஸ்கிருத மொழியில் ஒரு பெயர் சூட்டி வழிபட்டிருக்கலாம். நாம் முருகனுக்குத் தமிழ்ப் பெயர் சூட்டி வணங்கியிருக்கலாம். இதில் என்ன தவறு?

கண்ணன் என்பதற்கும், கிருஷ்ணன் என்பதற்கும் ஒரே பொருள்தான் என்று மொழி வல்லுனர்களிடம் கேட்டால் சொல்வார்களே! ருத்ரன், சிவன் இருவரின் குணாதிசயங்களும் ஒன்றுதான். விஷ்ணுவும் திருமாலும் ஒரே மாதிரிதான் போற்றப்படுகின்றனர்.

திரு சீமான் மற்றொன்று குறிப்பிடுகிறார். 'தமிழ் தேசியத்தை, ஹிந்து என்ற ஒரு கற்பிதத்துக்குள் அடைக்கப் பார்க்கின்றனர். அப்போது, அவரே ஏற்றுக்கொண்ட திருமால், முருகன், கொற்றவை, சிவன், கண்ணன் ஆகியோர் எந்த மதத் தெய்வங்கள்? இஸ்லாமியத் தெய்வங்களா? கிறிஸ்தவத் தெய்வங்களா? பவுத்தத் தெய்வங்களா? இல்லை ஜைனர்களின் தெய்வங்களா? எந்தக் கணக்கு? இந்தக் கடவுள்களை எந்த மதம் ஏற்று வழிபடுகிறது? இரண்டாயிரம் ஆண்டுகளுக்கு முன்னால் வந்தது கிறிஸ்தவம். 1500 ஆண்டுகளுக்கு முன் வந்தது இஸ்லாம். தொல்காப்பியம் நமக்குத் தெரிந்தே 2500 ஆண்டுகளாக உள்ளது. அதில் குறிப்பிடப்படுபவை இந்த ஹிந்துத் தெய்வங்கள்.

அப்போது ஹிந்துத் தெய்வங்களை வேறு மதங்கள் ஏற்கின்றனவா? ஹிந்து என்ற கற்பிதம் என்பது மிகவும் கேள்விக்குரிய பிரயோகம். நாம் முக்கியமாக நினைவில் கொள்ள வேண்டிய மற்றொரு விஷயம். இந்தியாவின் மற்ற இடங்களிலும் ஹிந்துக்கள் உள்ளனர். தமிழர்களிலும் ஹிந்துக்கள் உள்ளனர். ஆனால் எல்லாத் தமிழர்களும் ஹிந்துக்கள் இல்லை. அப்போது, தமிழர்கள் என்பதையும், ஹிந்துக்கள் என்பதையும், தனித்தனி செட் ஆகப் பிரித்துப் பார்க்க வேண்டும். இதைக் குழப்பினீர்கள் என்றால், யாருக்குமே தெளிவு கிடைக்காது.

நம் தமிழருடைய மதம் ஹிந்து மதம் அல்ல; தமிழ்த் தேசியம் என்று சொல்லியாகிவிட்டது. இதில் இஸ்லாம், கிறிஸ்தவச் சகோதரர்களும் அடங்குவர். அப்போது அவர்கள் இவர் குறிப்பிடும் திருமால், முருகன், கொற்றவை, சிவன், கண்ணன் ஆகியோரை ஏற்பார்களா? இந்தத் தெய்வங்களை அவர்கள் ஏற்க மாட்டார்கள் என்பதாலேயே, அவர்கள் தமிழர்கள் இல்லை என்று திரு சீமான் சொல்வாரா? ஆனால், ஹிந்து மதத்தில், மற்றொரு ஆச்சரியமான விஷயம் உண்டு. இந்தத் தெய்வங்களை எல்லாம் ஏற்காமலேயே, அவர்கள் ஹிந்துவாக இருக்க முடியும். கடவுள் மறுப்புக் கொள்கையைக் கடைப்பிடிப்பவர்கள் கூட, ஹிந்துவாக நீடிக்க முடியும். இந்த மாதிரியான ஒரு

பெருந்தன்மையை ஹிந்து மதம் மட்டுமல்ல, தமிழ்த் தேசியமும் உள்ளடக்கியிருக்கிறது. அன்றைக்கே சாக்த வழிபாடு, கொற்றவை வழிபாடு ஆகியவை நடைமுறையில் இருந்திருக் கின்றன. இவர்களை எல்லாம் வழிபடாதவர்களையும் தமிழர்கள் என்று சீமான் சொல்வாரா? இதை எல்லாம் மற்றவர்கள் ஏற்பார்களா?

மற்றொரு விஷயமும் கூறப்படுகிறது. தமிழ் நாட்டைத் தாண்டி வடக்கில் முருகனுக்குக் கோயில் எங்கிருக்கிறது? அப்படியானால் அவர் தமிழ்க் கடவுள் மட்டும்தானே ! அவரை ஹிந்துக் கடவுள் என்று ஏன் சொந்தம் கொண்டாடுகிறார்கள் என்று தர்க்கம் பேசுகிறார்கள். அப்போது, திரு சீமானே ஏற்றுக்கொண்ட திருமால், சிவன், கண்ணன், பார்வதி ஆகியோருக்கு, இந்தியா முழுக்க, ஏன் உலகம் முழுக்கக் கோயில்கள் உள்ளன. மலேசியாவில் முருகன் கோயிலே பிரதானம். சிவனுக்கோ, கண்ணனுக்கோ இல்லை. ஒரு தெய்வத்தை இஷ்ட தெய்வமாகக் கும்பிடுவதால், மற்ற தெய்வங்கள் வேண்டாதவை என்று ஆகிவிடுமா? இதுபோல், கிராம தேவதைகள் நூற்றுக்கணக்கில் உள்ளன. மனிதர்களையும் தெய்வங்களாக்கிக் கோயில் கட்டிக் கும்பிடுகிறோம்.

சரி, அவர்கள் சொல்லும் கணக்கிலேயே போவோம். வடக்கில் முருகனுக்குக் கோயில் இல்லை. ஆனால், மற்ற தெய்வங்களான சிவன், திருமால் ஆகியோருக்குக் கணக்கற்ற ஆலயங்கள் உள்ளன வடக்கில். அப்போது, தமிழ்த் தெய்வங்களாகத் திரு சீமான் குறிப்பிடும் இவற்றை வட நாட்டினர் புறக்கணித்திருக்கலாமே! ஏன் வணங்குகின்றனர்? இராமர், கிருஷ்ணர் கோயில்கள் மட்டுமேயல்லவா இருந்திருக்க வேண்டும்? இது யோசிக்க வேண்டிய கேள்வி.

அடுத்ததாக, இந்த அறிக்கையில் திராவிட இயக்கங்களைத் தொடர்ந்து திட்டிக்கொண்டே இருக்கிறார். சந்தடி சாக்கில், மூன்றாவது பக்கத்தில், 'ஆரியம் கற்பித்திருக்கிற ஆபாசக் கதைகளை' என்று சொல்கிறார். அப்போது ஒரு கேள்வி எழுகிறது. ஆபாசக் கதைகள் எவை? இராமாயணமா/ மஹாபாரதமா, பகவத் கீதையா? சிவ புராணமா, கந்த புராணமா, பெரிய புராணமா எது? இதெல்லாம்தான் நாம் கும்பிடுகிறோம்.

எந்த இதிகாசம், எந்தப் புராணம், எந்தக் கதை ஆபாசம் என்பதை அண்ணன் சீமான் சொல்லி நாம் தெரிந்துகொள்ள வேண்டும்.

கடைசியாக அவர் அறிக்கையை இப்படி முடிக்கிறார்; தமிழர்களின் ஆதி சமயங்களையும், வழிபாட்டு முறைகளையும், தொல்லிய இறைகளையும் மீட்டெடுத்து மெய்யியல் மீட்சியைச் சாத்தியப்படுத்திக் காட்டுவோம் என்கிறார். ரொம்பப் பிரமாதமான, வரவேற்க வேண்டிய விஷயம்.

தமிழர்களின் வழிபாட்டு முறைகளையும், சமயம் எது என்பதையும், தமிழர்களுடைய தொல்லியல் இறைகள் எது என்பதையும், மெய்யியல் தத்துவம் எது என்பதையும், திரு சீமான் முன்னெடுத்துக்கொண்டே இருக்கவேண்டும். அதற்கு மக்களுடைய ஆதரவு இருந்துகொண்டே இருக்கவேண்டும். நம்முடைய ஆதரவும் அதற்கு நிச்சயமாக உண்டு.

●

- 12 -

அயோத்தியா தீர்ப்பு – அணுகப்பட்ட விதம்

அயோத்தி வழக்கில் வரலாற்று முக்கியத்துவம் வாய்ந்த ஒரு தீர்ப்பினை நவம்பர் 9 ஆம் தேதி 2019-ல் நீதிமன்றம் வழங்கியுள்ளது. ஒரு விடுமுறை நாள் அது. பிரதமர் மோதி கூறியது போல், பெர்லின் சுவர் உடைக்கப்பட்டு, இரண்டு ஜெர்மனியும் ஒன்றே என்ற சிந்தனை விதைக்கப்பட்ட நாள் அது. சீக்கியருடைய புனிதத்தலமாகப் பாகிஸ்தானில் இருந்து, கர்தார்பூர் என்று சொல்லக்கூடிய பெரும்பாதை, இந்தியா பாகிஸ்தான் பிரிக்கப்பட்டபோது, அங்கே மாட்டிக் கொண்டது. அப்பாதை திறக்கப்பட்ட நாளும் நவம்பர் 9 தான். அயோத்தி தீர்ப்பின் மூலம் ஹிந்து முஸ்லிம் ஒற்றுமைக்கு அடையாளமாக மாறக்கூடிய நாளாகவும் அது திகழ வாய்ப்பிருக்கிறது.

இன்னொருவகையில் பார்க்கும்போது, பாஜக தனது தேர்தல் அறிக்கையில் சொன்ன விஷயங்களில் மற்றொரு முக்கியமான விஷயத்தை நிறைவேற்றிவிட்டது எனலாம். இதில் ஒரு விஷயம் என்னவென்றால், பாஜக தனது தேர்தல் அறிக்கையில் சொல்லப்பட்ட முத்தலாக் கூட நீதிமன்ற அனுமதி பெற்றுத்தான் நிறைவேற்றியிருக்கிறது. அயோத்தி வழக்கும் அப்படித்தான்.

அரசு எடுத்த முடிவல்ல இது. நீதிமன்றத் தீர்ப்பினை சட்டப்படிதான் அமல்படுத்தியிருக்கிறது அரசு.

இந்தத் தீர்ப்பு வருகிறவரையிலும் சட்டம் ஒழுங்கு எப்படிக் கடைபிடிக்கப்பட்டது என்பது, உண்மையிலே பெருமிதம் கொள்ளத்தக்க ஒரு விஷயம். காவல்துறையின் சீரிய பணி ஒருபுறமிருக்க, ஓட்டு மொத்த இந்திய மக்கள் காட்டிய பொறுமை, நிதானம் போற்றத்தக்கது. நம் நாட்டைப் பற்றியும், நம்மைப் பற்றியும் நமக்கு நாமே ஒரு சபாஷ் போட்டுக் கொள்ளலாம்.

உச்ச நீதிமன்றத்தின் தலைமை நீதிபதி, உபியின் டிஜிபியையும், முதலமைச்சரையும் கூப்பிட்டு, முன்னேற்பாடுகள் எப்படிச் செய்யப்பட்டுள்ளன என்று விசாரித்துத் தெரிந்துகொள்ளக்கூடிய அளவுக்கு, எந்தவித அசம்பாவிதமும் இல்லாமல், ஹிந்துக்கள், முஸ்லிம்கள் என்று சொல்வதைவிட, இந்தியர்கள் இதை அணுகியவிதம் மிகப் பெருமைக்குரியது.

இந்த இடத்தில் கவனிக்கப் படக்கூடிய நபர்கள் மூன்று பேர். ஒன்று, மறைந்த குரு திரு காஞ்சி சங்கராச்சாரியார் ஜெயேந்திர சரஸ்வதி சுவாமிகள். இந்த வழக்கை நீதிமன்றத்துக்கு வெளியிலேயே சுமுகமாக முடிக்க வேண்டும் என்று அரும்பாடுபட்டார். மாறி மாறி நிறைய மாரத்தான் சந்திப்புகள் நடத்தினார். பல நேரங்களில் இப்பிரச்னை முடிவுக்கு வந்து விட்டது போல் தோன்றும். பிறகு கடைசியில், ஏதோ ஒரு காரணத்தினால் கை நழுவிப் போய்விடும்.

மற்ற இருவர், இந்த வழக்கு கடைசிக் கட்டத்தை எட்டிய பிறகு, உச்ச நீதிமன்றத்தால் அமைக்கப்பட்ட ஒரு குழுவில் இடம்பெற்ற, ஓய்வு பெற்ற நீதிபதி திரு கலிமுல்லா, ஸ்ரீஸ்ரீ ரவிசங்கர் ஆகியோர். இவர்கள் மிகவும் கடின முயற்சிகள் எடுத்தனர். ஓர் இணக்கமான முடிவுக்கு வந்தார்கள். அமைதிக்கான கதவு எப்போதுமே திறந்திருக்கிறது என்ற நம்பிக்கையைக் கொடுத்தனர்.

இஸ்லாமியர் காட்டிய பெருந்தன்மையைப் பதிவு செய்யா விட்டால் அது நியாயமாக இருக்காது. அவர்கள், உணர்வு பூர்வமாக அது தங்களுடைய மசூதி என்று நம்பினார்கள். சட்டபூர்வமாகப் பலமுறை அணுகினார்கள். கிட்டத்தட்டப் பல நூற்றாண்டுகளாக மசூதி என்று நம்பிய ஒரு இடத்தை

அவர்களுக்கு இல்லை என்று ஒரு தீர்ப்பு ஆன பிறகு, அவர்கள் காட்டிய பக்குவம் உண்மையிலேயே சிலிர்க்கச் செய்கிறது. நாங்கள் பாகிஸ்தானுக்குச் செல்ல மாட்டோம். இந்தியர்களாக நீடிப்போம் என்று 1947-ல் அவர்கள் முடிவு எடுத்தார்கள். ஏனெனில், முஸ்லிம்களாக இருப்பதைவிட இந்தியர்களாக இருப்பது முக்கியம் என்று அவர்கள் நினைத்தார்கள்.

பெரும்பான்மையான சிறுபான்மையினர், நிறையப் பெருந்தன்மையைக் காட்டியிருக்கின்றனர் என்பதை நாம் வலுவாக, ஆழமாகப் பதிவு செய்தாக வேண்டும். ஆல் இந்தியா முஸ்லிம் பெர்சனல் லா போர்டுடைய வழக்கறிஞராக சன்னி வக்ஃப் வாரியத்துக்காக வாதாடிய மூத்த வழக்கறிஞர் திரு ஜிலானியிலிருந்து, சன்னி வக்ஃப் வாரியம், முஸ்லிம் போர்ட் உட்பட முதிர்ச்சியின் உச்சமாக நடந்துகொண்டார்கள். சன்னி வக்ஃப் வாரியம் இந்த வழக்கில் பிரதான வாதிகள். நாங்கள் அப்பீலுக்குப் போகப்போவதில்லை என்று சொல்லி விட்டார்கள். இந்திய யூனியன் முஸ்லிம் லீகின் தலைவரான திரு காதர் மொகிதீன், இதை வரவேற்று, 'நிதானமாக இதைக் கையாள வேண்டும், மேல் முறையீடு செய்யக்கூடாது' என்றும், 'எல்லாத் தரப்பினரும் இதை ஏற்றுக் கொள்ள வேண்டும்' என்றும் சொல்லியிருக்கிறார்.

இவ்வழக்கில், ஐந்து நீதிபதிகள் கொண்ட ஒரு அமர்வில், ஐந்து நீதிபதிகளும் ஒரேவிதமான தீர்ப்பைச் சொன்னது ஒரு பெரிய வியப்புக்குரிய விஷயம். அதில் ஒரு சிறுபான்மை நீதியரசரும் இருந்தார். நீதியரசர்களுக்கு மதம் கிடையாது என்றாலும் கூட, இந்த வழக்கின் முக்கியத்துவத்தினால், இதுவும் பார்க்கப்படும்.

உயர் நீதி மன்ற நீதிபதிகளே முரண்பட்ட தீர்ப்பினை அளிக்க அதிகாரம் உண்டு. நீதியரசர் கர்ணன் விஷயத்தில் இதைப் பார்த்தோம். அவர்களை நீக்குவது என்பதெல்லாம் சாத்தியமில்லாத விஷயம். இம்பீச்மெண்ட் நாடாளுமன்றத்தின் இரு அவைகளும் கூடித்தான் முடிவெடுக்க இயலும். இந்த வழக்கில், அந்த 2.77 ஏக்கரை கோவிலுக்கே விட்டு விடுவது என்று ஐந்து நீதிபதிகளும் ஏகமனதாக எடுத்த முடிவு, ஒரு திடமான பாதையில் ஐவரும் செல்கின்றனர் என்பதை உணர்த்தியது. பல நூற்றாண்டுகளாகத் தொடர்ந்த ஒரு பிரச்னையை ஒரு முடிவுக்குக் கொண்டு வரும்போது, ஒருசில சமரசம் செய்துதான் ஆக வேண்டும் என்ற ஒரு விசாலமான பார்வை அவர்களுக்கு இருந்தது.

இதன் வரலாறு 1528-லிருந்து தொடங்குகிறது. 491 வருடங்களுக்கு முன்பு அயோத்தியில் பாபர் மசூதி கட்டப் பட்டது. அந்த இடத்தின் பெயரே 'ஜன்மஸ்தான்' என்றுதான் வழங்கப்படுகிறது. பாபர் மசூதி எங்கே இருக்கிறது என்று வழி கேட்டால், ஜன்மஸ்தானில் இருக்கிறது என்றுதான் பதில் வரும். பிறப்பிடம் என்பது அர்த்தம். அதாவது, இராமருடைய பிறப்பிடம் என்று பல நூற்றாண்டுகளாகச் சொல்லப்படும் இடம். பழைய ஆவணங்களிலும் அப்படியே குறிப்பிடப்பட்டிருக்கிறது. பாபர் ஆட்சிக் கால ஆரம்பத்திலிருந்து, 325 ஆண்டுகள் வரை அங்கு எந்தக் கலவரமோ சர்ச்சையோ நடக்கவில்லை. 1853-ல் பாபர் மசூதிக்குள் உள்ளே நுழையும் முயற்சி நடக்கிறது. அதை நடத்தியவர்கள், 'நிர்மோகி அகாரா' என்ற ஹிந்துப் பிரிவினர். இந்த வழக்கில் இன்னமும் மூன்று மனுதாரர்களுள் ஒருவராக இருப்பவர்கள்.

சுதந்திரத்துக்கு 94 வருடங்கள் முந்தைய காலம். 1855-ல் ஒரு தடுப்புச் சுவர் ஒன்று போடப்படுகிறது. ஆளுக்குப் பாதியாகப் பிரித்துக் கொள்ள அறிவுரை வழங்கப்படுகிறது. ஒரு பகுதியில் இஸ்லாமியர்களும் மறு பகுதியில் ஹிந்துக்களும் பிரார்த்தனை நடத்திக்கொள்ள அனுமதி கொடுக்கப்படுகிறது. அப்போது முகலாய சாம்ராஜ்யத்தின் வீழ்ச்சி ஆரம்பித்து, ஆங்கிலேயர் களின் ஆதிக்கம் தொடங்கியிருந்த காலம். 1856-ல் ஒரு கலவரம் வெடிக்கிறது. அதைச் சுற்றி ஒரு வேலி அமைக்கப்படுகிறது. 1877-ல் மசூதியின் உள் அரங்கில், ஆங்கிலேயர் கொடுத்திருந்த இடம் போக இன்னொரு கதவும் ஹிந்துக்களுக்காகத் திறந்துவிடப்பட்டது. ஆனாலும் பிரச்னை ஓய்ந்த பாடில்லை. 1885-ல், மஹந்த் எனும் சாமியார் ஒருவர், இந்த இடத்தில் ஒரு சுவர் கட்டிக்கொள்ள அனுமதி வேண்டி நீதிமன்றத்தை அணுகுகிறார்.

1949-ல், சுதந்திரம் கிடைத்த பிறகு, டிசம்பர் 22, 23-ல் இராமர், சீதை சிலைகள் மசூதி வளாகத்துக்குள் இரவோடிரவாக வைக்கப்படுகின்றன. அதுவரையிலும் வழக்காகவும், சின்னத் தகராறாகவும் இருந்த அந்தப் பிரச்னை, விஸ்வரூபமெடுக்கிறது. கலெக்டர் விசாரணை, நீதிபதி அமர்வு என்று தொடர்கிறது. ஒரு நாளும் ஓய்ந்த பாடில்லை. அங்கும் சில காலம் தொழுகை நடக்கிறது. பின்பு நடப்பதில்லை. பிரார்த்தனைகளும் சில காலம் நடக்கின்றன. பின்பு நிற்கின்றன. சில சமயம் நீதிமன்ற உத்தரவுகள் பிறப்பிக்கப்படுகின்றன. எதுவுமே நிச்சயமற்ற

தன்மையாக இருக்கிறது. எனக்கா உனக்கா என்னும் தகராறு, கலவரத்திலேயும், மனஸ்தாபங்களிலேயும், வாக்குவாதங் களிலேயும் இப்படி ஏதேனும் ஒரு ரூபம் எடுத்த வண்ணமாக இருக்கிறது.

1992 டிசம்பர் 6, பாபர் மசூதி இடிக்கப்படுகிறது. இதை நம்மில் அநேகர் கண்கூடாகவே பார்த்திருப்போம். இது இந்திய வரலாற்றில் ஒரு கறுப்பு தினமாக ஆழமாகப் பதிந்த விஷயம். மாநில அரசு, மத்திய காவல் படையினர் ஆகியோர் இருக்கின்றனர். முழுமையான ஒரு மத்திய அரசு இருக்கிறது. அப்படியும், பாபர் மசூதி திட்டமிட்டது போல இடிக்கப் படுகிறது. அதற்குப் பிறகு இந்த வழக்கு இன்னும் வேகம் எடுக்கிறது.

அலகாபாத் நீதிமன்றத்தின் லக்னோ கிளை இந்த வழக்கை விசாரித்து, 2010-ல் செப்டம்பர் 30-ல் ஒரு தீர்ப்பு வழங்குகிறது. மூன்று நீதிபதிகள் கொண்ட அமர்வில், இரண்டு பேர் ஒரு முடிவும், ஒருவர் வேறு ஒரு முடிவும் எடுக்கின்றனர். ஒருவர், இந்த இடம் ராம ஜென்ம பூமிதான். 2.77 ஏக்கரும், ராம் லல்லா என்று சொல்லக்கூடிய ராமருக்குக் கோயில் கட்டுவதற்கு வழங்கப்பட வேண்டும் என்று தீர்ப்பளிக்கிறார். மற்ற இருவரும், இதில் உரிமை இரண்டு பேருக்கும் இருக்கிறது என்று சொல்லி, மூன்று பங்காகப் பிரிக்கப்படவேண்டும். நிர்மோகி அகாரா, சன்னி வக்ஃப் வாரியம், ராம்லல்லா ஆகியோருக்குச் சமமாக வழங்கப்பட வேண்டும் என்று தீர்ப்பளிக்கின்றனர் இதில் 2:1 என்று தீர்ப்பு பிரிந்ததால், மெஜாரிட்டி அடிப்படையில், இருவர் தீர்ப்பு ஏற்கப்படுகிறது. ஆனால், அவர்களே அந்த உத்தரவை நிறுத்திவைத்து, சுப்ரீம் கோர்ட்டில் பார்த்துக்கொள்ளுங்கள் என்று சொல்லிவிட்டார்கள். இது ஐக்கிய முன்னணி முற்போக்குக் கூட்டரசு ஆட்சியில்தான் நடக்கிறது.

உச்ச நீதிமன்றத்துக்கு இவ்வழக்குச் சென்றவுடன், ஐந்து நீதிபதிகள் கொண்ட அமர்வில் ஒரு 41 நாட்கள், இடைவிடாத விசாரணை நடக்கிறது. அக்டோபர் 16-ல் இந்த விசாரணை முடிவுக்கு வருகிறது. அந்தத் தீர்ப்பினைத்தான் நவம்பர் 9-ம் தேதி பார்த்தோம். 2.77 ஏக்கரும், அந்த இடத்துக்குச் சொந்தக்காரர் என்று கருதப்படும் ராம் லல்லாவுக்கே உரிமையானது என்று சொல்லிவிடுகிறார்கள். அந்த உரிமையைப் பாத்தியப்பட்டவர் களுக்குக் கொடுப்பதற்காக மத்திய அரசிடம்

ஒப்படைக்கப்படுகிறது. மத்திய அரசு ஒரு அறக்கட்டளையை உருவாக்கவேண்டும். நிர்மோகி அகாராவுக்கு இதில் எந்த உரிமையும் இல்லை என்று சொன்ன நீதிமன்றம், ஆனால், இந்த அறக்கட்டளையில் அவர்களுக்கு ஏதாவது ஒரு பொறுப்பு வழங்கலாமா எனப் பரிசீலனை செய்யச் சொன்னது.

சன்னி வக்ஃப் வாரியம், இது அவர்களுடைய சொத்து என்று நிருபிக்கவில்லை என்ற அடிப்படையில் உரிமை வழங்கப் படவில்லை. அறக்கட்டளைப் பணிகள் எல்லாம் மூன்று மாதத்தில் முடிக்கப்படவேண்டும் என்று நீதிமன்றம் சொன்னது. சன்னி வக்ஃப் வாரியத்துக்கு, அயோத்தியில் மிக முக்கியமான இடத்தில் ஐந்து ஏக்கர் நிலம் வழங்கப்படவேண்டும் என்றும் கட்டளையிட்டது. மொத்தமாகப் பார்த்தால், இந்த சர்ச்சைக்குரிய இடம் 2.77 ஏக்கர் மட்டுமில்லை. பாதுகாப்பு கருதி, மத்திய அரசு இதை சுற்றியுள்ள 67 ஏக்கரைக் கைப்பற்றி வைத்திருக்கிறார்கள். சன்னி வக்ஃப் வாரியத்துக்குக் கொடுக்கப் படவேண்டிய ஏக்கரை, இந்த 67 ஏக்கருக்கு உள்ளேயோ வெளியேயோ கொடுக்கலாம் என்று நீதிமன்றம் கூறியுள்ளது.

இந்தத் தீர்ப்பில், வாதப் பிரதிவாதங்களின் அடிப்படையில் கோர்ட், இரண்டு மூன்று கணிப்புகளைக் கூறியுள்ளது. 2003-ல் ஏ.எஸ்.ஐ, அதாவது இந்தியத் தொல்லியல் துறை இந்த இடத்தில் அகழ்வாராய்ச்சியில் ஈடுபடுகிறார்கள்.

இந்த பாபர் மசூதி கட்டப்பட்டது காலி மனையில் இல்லை. கீழே ஒரு கட்டிட அமைப்பு இருந்ததாக நிருபணமாகியுள்ளது. ஏற்கெனவே உள்ள கட்டடத்தை இடித்துக் கட்டப்பட்டதும் அல்ல. முன்பிருந்த ஏதோ ஒரு கட்டுமானத்துக்கு மேல்தான் இந்த மசூதி கட்டபட்டுள்ளது என்பதை உச்ச நீதி மன்றம் உறுதி செய்துள்ளது. கீழே இருந்த அந்தக் கட்டுமானம், இஸ்லாமியக் கட்டுமானமாக இல்லை என்றும் உச்ச நீதிமன்றம் சொல்லி இருக்கிறது. 'அங்கே ஏற்கனவே இருந்த ஒரு பாழடைந்த மசூதிதான் திரும்பக்கட்டப்பட்டது' என்ற வாதமும் அடிபட்டுப் போகிறது.

கீழே இருந்த அந்தக் கட்டுமானத்தில், 50 க்கும் மேற்பட்ட தூண்கள் மற்றும் பீடங்கள் இருந்ததாகத் தெரிய வருகிறது. ஒரு விசாலமான கட்டடம் இருந்ததாகவும் தெரிகிறது. உச்ச நீதிமன்றம் அழகாக ஒரு வார்த்தையை வித்தியாசப்படுத்துகிறது. 'ஒரு கட்டடத்துக்கு மேல்தான் இந்த மசூதி கட்டப்பட்டது என்று

தெரிந்தாலும், ஏற்கெனவே இருந்த கட்டடத்தை இடித்துதான் கட்டப்பட்டது என்று ஏ.எஸ்.ஐ. சொல்லவில்லை' என்று கூறுகிறது. ஏ.எஸ்.ஐ என்ன பார்க்கிறார்களோ அதைத்தான் சொல்வார்களே தவிர, ஊகத்தின் அடிப்படையில் அல்ல.

'இது இந்த நூற்றாண்டைச் சேர்ந்தது, இந்தச் சமயத்தைச் சேர்ந்தது, இந்த இடத்தில் இவர்கள் அதிகமாகப் புழங்குவார்கள் என்ற அடிப்படையில்தான் அவர்கள் ஆய்வு இருக்கும். பாபர், மீர்பாகி இடித்துக் கட்டினார் என்று சொல்லமாட்டார்கள். அது வரலாற்று ஆய்வாளர்கள் வேலை. கீழே ஒரு ஹிந்துக் கட்டுமானம் உள்ளது என்ற வரையில்தான் அகழ்வாராய்ச்சித் துறையின் சாட்சி உள்ளது. இடித்துக் கட்டப்பட்டதா என்று சொல்வது, அவர்கள் வரைக்கு உட்பட்டது அல்ல.

அதேபோல், 1992-ல் பாபர் மசூதி இடிக்கப்பட்டது, சட்டவிரோதமானது என்று உச்ச நீதிமன்றம் கூறியுள்ளது. இதை இஸ்லாமிய அமைப்புக்கள் ஒரு முக்கியமான விஷயமாகப் பார்க்கிறார்கள். இதில் சம்பந்தப்பட்ட முரளி மனோகர் ஜோஷி, எல்.கே.அத்வானி, உமா பாரதி ஆகியோர்மீது இப்போது வழக்கு நடை பெற்றுக் கொண்டிருக்கிறது. குற்றவாளிகள் யார் என்பது இதுவரை தீர்ப்பு சொல்லப்படவில்லை. இந்த வழக்கை விசாரிக்கும் நீதிமன்றத்துக்கு இப்போது ஒரு சுமை ஏற்பட்டிருக்கிறது. கட்டட இடிப்பு எதேச்சையாக, உணர்வு பூர்வமாக நடந்தது என்று வாதிட முடியாது. ஏனெனில், இடிப்பு சட்ட விரோதம் என்று இவர்களுக்கு மேல் இருக்கும் உச்ச நீதிமன்றமே கூறிவிட்டது.

உச்ச நீதிமன்றம் மற்றொரு கேள்வியும் எழுப்புகிறது. இந்த வழக்கில் பழைய ஆவணங்கள் பல சமர்ப்பிக்கப்பட்ட பிறகும், 1528க்கு முன்பு 13 ஆம் நூற்றாண்டு வரையில் அங்கு என்ன இருந்தது என்றும் ஆராயப்பட வேண்டும் என்றும் கூறியுள்ளது. 1528-லிருந்து நிரூபணங்கள் கிடைத்ததே பெரிய விஷயம். 13 ஆம் நூற்றாண்டில் என்ன இருந்தது என்று தெரியாததில் எந்த ஆச்சரியமும் இல்லை. இதைப் புரிந்து கொள்வதற்காக ஒரு எளிய உதாரணம் சொல்கிறேன்.

என்னுடைய பிறந்த நாள் எனக்குத் தெரியும். என் அப்பாவின் பிறந்த வருடம் தெரியும்; தேதி தெரியாது. அவருடைய அப்பாவின் பிறந்த வருடமே தெரியாது. அப்படி இருக்கையில் அப்பாவின் அப்பாவின் அப்பாவின் அப்பா பிறந்த வருடம்

எனக்கு எப்படித் தெரியும்? பரம்பரை என்று ஒரு குத்துமதிப்பாகச் சொல்லலாம். அவர்கள் பெயரை நம் குழந்தைகளுக்கு வைக்கலாமே தவிர, யார் எந்தக் காலத்தைச் சேர்ந்தவர் என்று ஆவணங்கள் கிடைப்பது அபூர்வமான விஷயம்.

அப்படி ஆவணங்கள் கிடைக்கவில்லை என்பதாலேயே, எனக்குக் கொள்ளுத் தாத்தா, எள்ளுத் தாத்தா இல்லையென்று ஆகிவிடாது. அவர்கள் இருந்ததால்தான் நாம் இங்கு இருக்கிறோம். இந்தியத் தொல்லியல் துறை எந்தக் கட்டுப்பாடும் இல்லாமல், சுதந்திரமாகச் செயல்படக்கூடிய ஒரு அமைப்பு. இதில், சிறுபான்மைச் சமூகத்தைச் சேர்ந்தவர்களும் உண்டு. அவர்களே, மசூதிக்கு அடியில் இருந்த கட்டுமானம் ஹிந்து மதத்தைச் சேர்ந்தது என்று சொன்னது, அப்போதே பெரிய சர்ச்சை ஆகிவிட்டது. சிலர், இந்தத் தீர்ப்பானது, ஆதாரங்களின் அடிப்படையிலோ, ஆவணங்களின் அடிப்படையிலோ சொல்லப்படாமல். நம்பிக்கையின் அடிப்படையில்தான் வழங்கப்பட்டிருக்கிறது என்று கூறுகின்றனர். ஒரு ஹிந்துக் கட்டுமானம்தான் கீழே இருந்திருக்கிறது. அதில் தூண்களும், பீடங்களும் இருக்கின்றன எனில், அதில் கோயில் இல்லாமல் வேறு என்ன இருக்க முடியும்?

அக்கோயிலை இடிக்காமல் எப்படி மேலே மசூதி கட்டியிருக்க முடியும்? இதுதானே லாஜிக்? இந்தியாவில் பல்லாயிரக் கணக்கான மசூதிகள் உள்ளன. அவற்றைப் பார்க்க உலகெங்கிலுமுள்ள யாத்திரிகர்களும் வந்து போகின்றனர். அது இஸ்லாமிய அமைப்புக் கட்டடம் இல்லை என்றும் ஏ.எஸ்.ஐ உறுதி செய்கிறது. நீதிமன்றங்கள் எப்போதும் ஆதாரங்கள், ஆவணங்கள் அடிப்படையில் மட்டுமே தீர்ப்பு வழங்குவ தில்லை. சூழ் நிலைகளும் பெரும்பங்கு வகிக்கின்றன. உயர் நீதி மன்றம், உச்ச நீதிமன்றத் தீர்ப்புக்கள் பல இவற்றை உறுதி செய்கின்றன. 'சந்தர்ப்ப சாட்சியங்களின் அடிப்படையில்' என்பது நீதிமன்றத்தில் அடிக்கடி பயன்படுத்தப்படும் ஓர் வாக்கியம். நம்பிக்கையின் அடிப்படையில் வருவதில் தவறில்லை. மதங்கள் அனைத்துமே நம்பிக்கையின் அடிப்படியில் இயங்குபவைதான். ஹிந்துக்கட்டடத்தை இடித்துத்தான் மசூதி கட்டப்பட்டது என்பது நிரூபணமாகவில்லை என்னும் நீதிமன்றத்தின் கணிப்பினால், காலம் காலமாக இஸ்லாமியர்கள் மீதிருந்த கரும்புள்ளி நீக்கப்பட்டிருக்கிறது என்று முஸ்லிம் நண்பர்கள் பலரும் கருதுகிறார்கள். முகலாயர்கள்

இஸ்லாமியர்களாக இருந்தாலும், இங்கிருக்கும் முஸ்லிம்களும் அவர்களும் எப்படி ஒன்றாவார்கள்? இவர்கள் என் சகோதரர்கள். என் கூடப் பிறந்தவர்கள். இந்திய நாட்டினர். முகலாயர்கள் ஆக்கிரமிப்பாளர்களாக இங்கு வந்தவர்கள்.

உதாரணத்துக்கு, ஒரு பாலியல் வன்முறை என்று ஒருவர் கைது செய்யப்படுகிறார். அவர் தண்டிக்கப்படுகிறார். அவரை நாம் குற்றவாளியாகத்தான் பார்ப்போம். அல்லது அவர் தமிழர், தெலுங்கர், ஹிந்து, முஸ்லிம் என்று பார்ப்போமா? அதே போல் பாபர் காலத்தில் அந்தக் கோயில் இடிக்கப்பட்டதோ அல்லது இடிக்கப்படவில்லையோ, அதற்கு இங்கிருக்கும் இப்போதுள்ள முஸ்லிம்கள் எவ்விதத்திலும் பொறுப்பாகமாட்டார்கள். முகலாயர்கள் வெளிநாட்டிலிருந்து வந்து இங்கு பல அக்கிரமங்களைச் செய்தவர்கள். இந்தியாவை, அதன் வளங்களையெல்லாம் கொள்ளையடித்தவர்கள்.

ஸ்ரீ லங்காவில் நடந்த குண்டு வெடிப்புக்கு இங்குள்ள முஸ்லிம்கள் மன்னிப்புக் கேட்பது. முகலாயர்கள் செய்த அக்கிரமத்துக்கு இந்திய முஸ்லிம்கள் வருந்துவது இவையெல்லாம் தேவையில்லாதவை. முஸ்லிம்களை நீங்கள் பாகிஸ்தானுக்குப் போங்கள், ஆப்கானிஸ்தானுக்குப் போங்கள் என்று சொல்வதும் மிகப் பெரும் தவறு.

அவர்கள் இந்தியர்கள். அவர்கள் மூதாதையர்கள் இந்த மண்ணில் பிறந்தவர்கள். அவர்களுக்கு இங்குதான் குடியுரிமை உள்ளது. அவர்கள் ஏன் போகவேண்டும்? முகலாயர்கள் செய்த தவறுக்கு இவர்கள் வருந்த வேண்டாம். இந்தத் தீர்ப்பு ஹிந்துக்களுக்கானது அல்ல; முஸ்லிம்களுக்கானது அல்ல. இந்தியர்களுக்கானது. ஹிந்து மதம் ஏறலாம்; இறங்கலாம். இஸ்லாம் ஏறலாம்; இறங்கலாம். ஆனால் இந்தியா நீடித்து இருக்கும். அதற்காகத்தான் அலகாபாத் உயர் நீதிமன்றம், ஆளுக்குப் பாதியாகப் பிரித்துக் கொள்ளுங்கள் என்ற தீர்ப்பு இருந்தும், ஒரு சமரச முயற்சியில் ஈடுபட்டனர். இப்போதும் கூட இவர்கள், 2.77 நிலத்தில் முஸ்லிம்களுக்கும் பங்குண்டு என்று சொல்லி, பிறகு ஆனால் 'பரவாயில்லை. ஹிந்துக்களே வைத்துக் கொள்ளட்டும்' என்று சொல்லியிருந்தால், இன்னமும் பெரிய ஒரு சமாதானம், மகிழ்ச்சி இருந்திருக்கும் என்பது என் கருத்து.

அந்த இடம் 1528-லிருந்து மசூதியாகத் தொழுகை நடத்தும் இடமாக இருந்திருப்பதால், அதில் அவர்களுக்கும் பாத்தியதை

இருக்கிறது என்று நீதிமன்றம் ஒரு வார்த்தை சொல்லியிருந்தால், இன்னமும் பெரிய நிம்மதி கிடைத்திருக்கும். வட மாநிலத்தில் இருக்கும் முஸ்லிம்கள், பெருந்தன்மையாகக் கருத்துச் சொல்லி விட்டுவிட்டார்கள். தென் மாநிலங்களில் இருக்கும் முஸ்லிம்கள் கொஞ்சம் வருத்தத்தையும் ஏமாற்றத்தையும் தெரிவித்திருக்கிறார்கள்.

மேலும் ஒரு கேள்வி எழுகிறது. சன்னி வக்ஃப் வாரியத்துக்கு உரிமையில்லை என்று நீதிமன்றம் சொல்லிவிட்டது. அப்படி என்றால், அயோத்தியின் பிரதானமான இடத்தில் அவர்களுக்கு 5 ஏக்கர் நிலம் ஏன் ஒதுக்கப்பட வேண்டும்? அந்த இடத்தில் காலம் காலமாகத் தொழுகை நடந்ததால்தான் இதை நீதி மன்றம் ஏற்கிறது, பதிவு செய்கிறது. உரிமை இருந்தது என்று கூடச் சொல்லியிருக்கலாம்.

மத்திய அரசின் வசமுள்ள 67 ஏக்கருக்கு உள்ளேயோ வெளியேயோ அந்த 5 ஏக்கர் நிலத்தைத் தரலாம் என்று கூறாமல், அவர்களுக்கு உரிமை இருப்பதால், உள்ளேயே கொடுத்து விடுங்கள் என்று கூறியிருந்தால் இன்னும் நிறைவாக இருந்திருக்கும். எந்தக் கேள்விக்கும், விமர்சனங்களுக்கும் இடமில்லாமல் போயிருக்கும். இப்போதே கூட 90 சதவீதம் ஏற்பும், 10 சதவீதம் மறுப்பும்தான் உள்ளன. இதுவே மகத்தான விஷயம். இந்த ஐந்து நீதிபதிகளும் முரண்படாமலா இருந்திருப்பார்கள். முரண் இருந்தும், உட்கார்ந்து பேசிப் பேசி ஒரு முடிவை எட்டியிருப்பார்கள்.

இவர்கள் நிர்மோகி அகாராவுக்கும் உரிமை இல்லை என்றுதான் சொல்லியிருக்கிறார்கள். 67 ஏக்கருக்குள் நிலம் கொடுத்தால் பிரச்னை வராதா என்று கேட்பவர்களுக்கு நான் சொல்வது, இன்றைக்கும் கூட கிருஷ்ணன் பிறந்த இடமான மதுராவில் பூமிக்கு அடியில், சிறை போன்று தோற்றமளிக்கக்கூடிய ஒரு இடத்தில்தான் கிருஷ்ணர் பிறந்தார் என்ற நம்பிக்கை கொண்டு, தினந்தோறும் லட்சக்கணக்கான பேர் அங்கே சென்று கும்பிடுகின்றனர். அந்தக் கட்டுமானத்தில் நின்று கொண்டு நீங்கள் நிமிர்ந்து பார்த்தீர்கள் என்றால், ஒரு மசூதிதான் கண்ணுக்குத் தெரியும். மசூதியும், கோவிலும், கிட்டத்தட்ட ஒரே வளாகத்துக்குள் அமைந்திருக்கும். ஒரு முள் கம்பி வலை இருக்கும். பத்தடிக்கு ஒரு போலீஸ் நிற்கும். தொழுகையும் பிரார்த்தனையும் ஏக காலத்தில் நடக்கும். அதனால்,

அயோத்தியிலும், 67 ஏக்கர் நிலத்துக்குள்ளேயே மசூதிக்கு 5 ஏக்கர் இடம் கொடுத்து, கோயிலிலிருந்து மசூதியையும், மசூதியிலிருந்து கோவிலையும் பார்க்கும்படி அமைத்து விட்டால், மத நல்லிணக்கத்துக்கு ஒரு சிறந்த உதாரணமாகத் திகழ்ந்திருக்கும் என்பது என் கருத்து.

இங்கு தமிழகத்தைச் சேர்ந்த சில அமைப்புகள், குறிப்பாக திரு ஜவாஹிருல்லா, திரு தமிழும் அன்சாரி, எஸ்.டி.பி.ஐ. கட்சி போன்றவை தங்கள் வருத்தத்தைத் தெரிவித்திருக்கின்றன. அதில் ஒன்றும் தவறில்லை. ஆனால், அகில இந்திய அமைப்புகள் கம்பீரமாக அதை ஏற்றுக்கொண்டனர் என்று பார்க்கிறோம். ஆனால், திரு திருமாவளவன், திரு சீமான், திரு பண்ருட்டி வேல்முருகன் ஆகியோர் கடுமையான கொதிப்பை வெளிப் படுத்தியிருக்கிறார்கள். திருமா அவர்கள், வழங்கப்பட்டது தீர்ப்பேயன்றி, நீதி அல்ல என்று கூறியிருக்கிறார். சீமானும் அதே கருத்தைத்தான் கூறியிருக்கிறார். பண்ருட்டி வேல்முருகனும், கடுமையான கோபத்தை வெளிப்படுத்துகிறார்.

வளரும் கட்சிகள் இதைச் சொல்வதில் வியப்பில்லை. ஆச்சரியம் வேறே இடத்தில் உள்ளது. அதிமுக கரசேவைக்கு ஆதரவு கொடுத்து, 'அயோத்தியில் ராமர் கோயில் கட்டாமல் வேறு எங்கு கட்டுவது' என்று மறைந்த முதலமைச்சர் செல்வி ஜெயலலிதா அவர்கள் கேட்டிருந்தார்கள். அவ்வளவு தூரம் ஆதரவு இருந்தது. அவர்கள் மிகத் தந்திரமாக, அதிமுக நாடாளுமன்ற உறுப்பினர் திரு அன்வர் ராஜாவைப் பேசவிட்டார்கள். அவர் 'நாங்கள் இதை வரவேற்கிறோம்' என்று சொல்லிவிட்டார். தலைமை மிகவும் கவனமாக ஒதுங்கிவிட்டது.

அதை விடப் பெரிய வியப்பு, மதிமுக, திமுக, காங்கிரஸ் இந்த மூன்று கட்சிகளும் இந்தத் தீர்ப்பை அணுகிய விதம். காங்கிரஸ் கட்சி, ஒரு டெம்ப்ளேட் மாதிரி நான்கு வார்த்தைகளை டைப் செய்து மிகவும் எளிமையாக முடித்துவிட்டது. 'காங்கிரஸ் கட்சி, அயோத்தித் தீர்ப்பில், நீதிமன்றத் தீர்ப்புக்கு மரியாதை கொடுக்கிறது. சம்பந்தப்பட்ட அத்தனை பிரிவினரும், அரசியல் சாசனத்தில் சொல்லப்பட்டிருக்கக்கூடிய மதச்சார்பு, மத நல்லிணக்கம் ஆகியவற்றைக் கடைப்பிடிக்குமாறு எல்லாருக்கும் வேண்டுகோள்விடுக்கிறோம். காலம் காலமாக நாம் கடைப்பிடிக்கும் இந்த பரஸ்பர மரியாதை தொடரவேண்டும்' என்றும் கூறப்பட்டிருக்கிறது.

இந்தத் தீர்ப்பு சரியா தவறா, நியாயமா, இல்லையா, ஹிந்துக்கள் மகிழக்கூடிய தீர்ப்பா என்று எதுவும் சொல்லாமல், 'நாங்கள் மதிக்கிறோம்' என்று முடித்துவிட்டார்கள்.

திமுக, 'நீண்ட நெடுங்காலமாக இருந்து வந்த பிரச்னைக்கு உச்ச நீதிமன்றம் ஒரு தீர்வைக் கண்டிருக்கிறது. உச்ச நீதிமன்ற சட்ட அமர்வே தீர்ப்புச் சொன்ன பிறகு, அதனை அனைவரும் ஏற்றுக்கொண்டு, மத நல்லிணக்கம் போற்றி, நாட்டின் பன்முகத் தன்மைக்கு எந்தச் சேதாரமும் ஏற்படுத்தாமல் எச்சரிக்கையுடன் முன்னெடுத்துச் செல்ல வேண்டும் என்று அன்புடன் கேட்டுக் கொள்கிறேன்' என்று குறிப்பிட்டிருக்கிறது.

முஸ்லிம்களுக்கு என்ன மாதிரியான தாக்கங்கள் என்பதைப் பற்றிச் சொல்லவில்லை. தீர்ப்பு என்று சொல்லாமல், தீர்வு என்று சொன்னது குறிப்பிடத்தக்கது.

திரு வைகோ, பலரையும் மேற்கோள் காட்டிவிட்டு, 'சிறுபான்மை மக்களுக்கு அரணாக நாட்டின் பெரும்பான்மை மக்கள் இருப்பதையும், மனித நேய உணர்வுகள் இம்மண்ணில் காலம் காலமாக இருப்பதையும் நம் வரலாறு காட்டுகிறது. ஆகவே, மத நல்லிணக்கத்தைச் சீர்குலைத்துவிடாமல், எதிர் காலத்தில் சமூக அமைதியை நிலை நாட்டும் கடமை அனைத்துத் தரப்பினருக்கும் உள்ளது' என்று முடித்துவிட்டார்.

வரவேற்கிறோம் என்றும் சொல்லாமல், எதிர்க்கிறோம் என்றும் சொல்லாமல், நமது பிரதானக் கட்சிகள் இருப்பது ஒரு பெரிய வியப்பு.

உச்ச நீதிமன்றம் சொன்ன அனைத்தையும் இவர்கள் ஏற்றுக் கொண்டுவிட்டார்களா என்பதைப் பார்ப்போம். நீட் தீர்ப்பு, ஜல்லிக்கட்டு ஆகிய பிரச்னைகளில், உச்ச நீதிமன்றத் தீர்ப்பை இவர்கள் ஏற்கவில்லை. எல்லாவற்றையும் தாண்டி, பல நூற்றாண்டுகளாக இருந்து வந்த ஒரு பிரச்னை ஒரு முடிவுக்கு வந்துள்ளது. உணர்வுரீதியான பிரச்னை இது. இதை உச்ச நீதி மன்றம் மிகக் கவனமாக, கண்ணாடியைப் போன்று கையாண்டிருப்பதைப் பார்க்கிறோம். சட்டம் ஒழுங்கும், மத நல்லிணக்கமும் பேணப்பட்டுள்ளன. இஸ்லாமியர்கள் காட்டிய பெருந்தன்மையும், இந்தியர்களாக நாம் அனைவரும் அமைதி காத்ததும், காக்கப் போவதும், ஒட்டு மொத்த உலகுக்கும், இந்திய ஜன நாயகத்தின் இறையாண்மை, மக்களின் பொறுமை,

பெருந்தன்மை ஆகியவை பற்றி ஒரு பெரிய செய்தியைக் கொண்டுபோய்ச் சேர்த்திருக்கிறது என்றால் மிகையாகாது. எல்லாவற்றுக்கும் மேல், இன்னும் ஆயிரம் கோவில்கள், ஆயிரம் மசூதிகள் கட்டப்படலாம். தடை ஏதுமில்லை. இதையெல்லாம் தாண்டி நாடு முழுமையாகக் கட்டமைக்கப்பட வேண்டும். அமைதி, மத நல்லிணக்கம், மக்களின் பொறுமை ஆகியவை இந்தியர்களின் தன்மையாகத் தொடர வேண்டும் வேண்டும். நாம் எல்லாரும், எப்போதும்போல், ஒருவரை ஒருவர் பார்த்துப் பேசி, சிரித்துப் பழகவேண்டும் என்பதே என் வேண்டுகோள். எதிராளிகளை மதிப்பது, விட்டுக் கொடுப்பது போன்ற பண்புகள் தொடரவேண்டும்.

•

- 13 -

ஆதிக்க சாதி எது?

திருவண்ணாமலை மாவட்டம் அரியாக்குஞ்ஜூர் என்கிற ஊர் செங்கம் ஒன்றியத்தில் இருக்கக்கூடியது. 2020, ஜூன் 3 புதன்கிழமை அந்த ஊர் பற்றி ஒரு செய்தி வந்தது. அந்த ஊரின் பஞ்சாயத்துத் தலைவர் இருளர் இனத்தைச் சேர்ந்தவர். மலைவாழ் மக்கள் எனும் பட்டியலினம். இட ஒதுக்கீட்டு சுழற்சி முறையின்படி அவர் பஞ்சாயத்துத் தலைவராகத் தேர்ந்தெடுக்கப் படுகிறார். அப்போது, அங்கு எம்.பி.சி இனத்தைச் சேர்ந்த சின்னப்பாப்பா என்பவர் இறந்துவிடுகிறார். துக்கம் விசாரிக்க வந்த அவரை சவக்குழி தோண்டச் சொன்னார்கள் என்று புகார் எழுந்தது. அடுத்த விசாரணையில், இல்லை அவர்கள் வேண்டுகோள் விடுத்தார்கள். அதனால் அவர் செய்தார். இது வழக்கமாக அந்த சமூகத்தைச் சேர்ந்தவர் செய்வதுதான். அவரை அவமானப்படுத்தவோ அசிங்கப்படுத்தவோ இல்லை என்று சொல்லப்பட்டது.

முதலில் அவமானப்படுத்தப்படுகிறார். பிறகு யோசித்து வேறு மாதிரிச் சொல்கிறார்கள் என்றே வைத்துக்கொள்வோம்.

அவர் என்ன சொல்கிறார் என்றால், 'நான் பஞ்சாயத்து ஆஃபீஸுக்குப் போனதே இல்லை. சம்பளம் வாங்கியதே இல்லை. என்னை அவர்கள் உள்ளேயே விடமாட்டார்கள்.

மீட்டிங் ஒருமுறைதான், அதுவும் வெளியில் வைத்துதான் நடத்தினார்கள். என்னிடம் கையெழுத்து மட்டும் வாங்கிக் கொள்வார்கள்.'

இதையெல்லாம் உண்மை என்றே வைத்துக்கொள்வோம். அவர் பேச்சை மாற்றி மாற்றிப் பேசுகிறார் என்று சொல்லப்பட்டாலும் கூட, நாம் தெரிந்து கொள்ள வேண்டிய விஷயம் என்பது, ஆதிக்கம் என்பது ஒற்றை சாதியின் குணமல்ல. இவர்கள் யாரும் பிராமணர்களோ, ஒப்பன் கேட்டகிரியில் வரக்கூடியவர்களோ அல்ல. இப்பிரச்னையில் எஸ்.டி பிரிவினரும், எம்.பி.சி பிரிவினரும்தான் சம்பந்தப்பட்டிருக்கிறார்கள். ஒரு சமூகத்தினரை நாம் மிகவும் பிற்படுத்தப்பட்ட சமூகத்தினர் என்று சொல்கிறோம். அவர்கள் மலைவாழ் இன மக்களை அடிமைப்படுத்துகிறார்கள் என்பதுபோல் கேள்விப் படுகிறோம்.

இதிலிருந்து என்ன தெரிகிறது என்றால், இது ஏதோ மேல் தட்டு வர்க்கம், அடுத்த தட்டு வர்க்கம் என்னும் தகராறு இல்லை. அவரவர், தம் சக்திக்கு உட்பட்டு, தமக்குக் கிடைக்கும் வாய்ப்புக்கு உட்பட்டு, எங்கெங்கெல்லாம் சந்தர்ப்பம் கிடைக் கிறதோ, அங்கெல்லாம் தமது ஆதிக்கத்தைக் காட்டுகிறார்கள். இவர்தான் செய்கிறார், அவர்தான் செய்கிறார் என இல்லாமல் யார் யாருக்கு முடியுமோ அவர்கள் எல்லாம் செய்கிறார்கள். அதனால்தான், ஆதிக்கம் என்பது ஒரு குணமேயன்றி, சாதியல்ல. பட்டியலினத்தினரிடையேயும், பள்ளர், பறையர், அருந்ததியர் என்ற மூன்று இனம் உண்டு. இந்த மூன்று இனத்துக்குள்ளேயே எவ்வளவு பாகுபாடு உண்டு என்பதைப் பற்றி நாம் நிறையக் கேள்விப்பட்டிருக்கிறோம். சம்பவங்களைக் கண்கூடாகப் பார்த்துள்ளோம். ஒருவருக்கு ஒருவர் பெண் கொடுத்து எடுப்பதில்லை. உண்மையிலேயே மேலே எழுப்பப்பட வேண்டியவர்கள் எனக் கூறப்படும் பட்டியல் இனத்தவர்களுக்கு உள்ளேயே இத்தனை பாகுபாடு இருக்கிறது.

ஆகையால், இது யாரோ ஒரு தனி நபர் செய்யக்கூடியது அல்ல. இது எல்லோருடைய புத்திக்குள்ளும் இருக்கிறது. இதனை நிறையச் சமூகங்களிலும் மதங்களிலும் கூடப் பார்த்திருக் கிறோம். ஆதிக்க புத்தி என்பது மனிதனுக்குள்ளே படிந்திருக்கிறது. ஆதிக்க ஜாதி இல்லை. அப்போது, ஒரு குறிப்பிட்ட ஜாதிதான் ஆதிக்க ஜாதி என்று சொல்ல முடியாது. யார் யாருக்கெல்லாம் மனதில் ஆதிக்கம் இருக்கிறதோ,

அடுத்தவர்களை ஆள வேண்டும்; நான் மேல், நீ கீழ் என்று மனதில் வைக்கிறோமோ அவர்கள் எல்லாமே ஆதிக்க சமூகத்தைச் சேர்ந்தவர்கள்தான்.

இது எங்கே திசை திரும்பியது என்று பார்த்தால், கேரளாவில் 2017-ல் இவர்களை தலித் என்றோ அரிஜன் என்றோ சொல்லக் கூடாது, பட்டியலினம் என்று சொல்ல வேண்டும் என்று உத்தரவு பிறப்பிக்கப்பட்டது. சமீபத்தில் கர்நாடக அரசும் இதே போல் ஆணை பிறப்பித்திருக்கிறது. மத்திய அரசும் பட்டியலின ஆணையமும் சொல்லியிருக்கிறது. யோசித்துப் பார்த்தால், இது ஒரு திசை திருப்பலோ என்று தோன்றுகிறது. மகாத்மா காந்திதான் முதலில் 'ஹரிஜன்' என்ற பெயர் சூட்டினார். ஹரியின் பிள்ளைகள் எனும் பொருள் கொண்டது. பிறகு 'தலித்' எனும் பெயரால் அறியப்பட்டார்கள். தலித் இலக்கியம், தலித் போராளி என்று நாம் பார்த்திருக்கிறோம்.

பிறகு தாழ்த்தப்பட்டவர்கள் என்று அழைக்கப்பட்டார்கள். இப்போது பட்டியலினம் என்று அழைக்கப்படுகிறார்கள். ஆக, பெயர்தான் மாறியுள்ளதே தவிர, அவர்களை நடத்தும் முறை மாறவில்லை. அப்படியேதான் இருக்கிறது.

பல காலமாக என்னுடன் ஒரு நண்பர் பழகி வந்தார். ஐந்து வருடங்களுக்குப் பிறகு ஒரு நாள், 'பெட்ரோல் பங்க் ஏஜன்சி எடுக்கலாம் என்று பார்க்கிறேன்' என்றார். 'எப்படிச் செய்யப் போகிறீர்கள்' என்று கேட்ட போது, 'எஸ்சி கோட்டாவில் கிடைக்கும் சார்' என்றார். அதுவரை அவர் எந்த சமூகத்தைச் சேர்ந்தவர் என்று நான் கேட்டதே இல்லை என்பதை அப்போது தான் உணர்ந்தேன். எல்லோருக்கும் இது போன்ற பார்வைதான் இருக்க வேண்டும் என நினைக்கிறேன்.

அவர்களை எந்தப் பெயரிட்டு அழைக்கிறீர்கள் என்பது முக்கியமல்ல. எப்படி நடத்துகிறீர்கள் என்பதுதான் முக்கியம். இன்னொருவர் சொன்னார். 'சார், பட்டியலினம் என்று அழைக்கிறோம். எம்பிசி, பிசி என்பதிலும் பல ஜாதிகள் வருகின்றன. அவர்களையும் பட்டியலினம் என்று சொல்லி, பட்டியல் 1, பட்டியல் 2, பட்டியல் 3 என்று ஏன் சொல்லக்கூடாது என்றார்.

பட்டியலினம் என்பது அவமதிக்கப்படக்கூடிய விஷயமல்ல. இதைச் சொன்னால், பல சமூகத்தவர்களுக்குக் கோபம்

வரக்கூடும். ஆக, நீங்கள், எஸ்சி என்பதோ, எம்பிசி என்பதோ, பிசி என்பதோ இங்கு விஷயமல்ல. 'பேரு வச்சியே, சோறு வெச்சியா' என்று விவேக் ஒரு படத்தில் கேட்பார். அதுபோல், பொருளாதாரத்தில், சமூகத்தில், கல்வியில், ஞானத்தில் அவர்களை உயர்த்த வேண்டும். அதைத்தான் அரசியல் சாசனம் நமக்குச் சொல்கிறது. அதுதான் இட ஒதுக்கீடாக மாறியது. பலருக்கும் வாய்ப்புகளையும், வசதிகளையும் நமக்கு ஏற்படுத்திக் கொடுத்திருக்கிறது. ஆனால், எல்லாமே இருக்கும், என் புத்தி மட்டும் மாறாது என்று சொன்னால், அதுதான் ஆதிக்கம். இது ஆதிக்க சாதி பற்றிய விஷயமல்ல. ஆதிக்க புத்தி பற்றிய விஷயம்.

•

- 14 -

கேட்க நாதியற்ற பிராமண ஜாதி

காட்மென். ஒரு தொலைக்காட்சித் தொடர்ப்படம், சர்ச்சையைக் கிளப்பவேண்டும் என்றே எடுக்கப்பட்டதோ என்று நினைக்கத் தோன்றுகிறது. இதை எடுத்தவர்கள், இயக்கியவர்கள், வசனம் எல்லாமே வேண்டுமென்றே இப்படி எடுத்திருக்கிறார்களோ என சந்தேகம் வருகிறது. காட்மென் என்று ஓடிடி ப்ளாட்ஃபார்மில் 'ஜி' டிவியில் வரப்போகும் ஒரு தொடர். அதற்கான முன்னோட்டமாக இரண்டு காட்சிகள் காட்டப்பட்டன. அதிலேயே பயங்கரமான ஆபாசக் காட்சிகள், கண்கொண்டு பார்க்க முடியவில்லை. வல்காரிட்டியின் உச்சமாக இருந்தது.

பார்த்தாலே தெரியும்படியான அபத்தமான காட்சிகள். 'பிராமணன் மட்டும்தான் வேதம் படிக்க வேண்டுமென்று எந்த சாஸ்திரத்தில் சொல்லியிருக்கிறது? பிராமணன் எப்படி இருக்க வேண்டுமென்று இந்த உலகத்துக்குக் காட்டப் போகிறேன். அதற்கு நீ பிராமணனாக வேண்டும் அய்யனாரே! நான் எந்தக் கடவுள் பெயரைச் சொல்லியும் ஏமாற்றவில்லை. ஏன் என்றால், நான் தான் கடவுள்'. இப்படி எல்லாம் வசனம் வருகிறது. இந்த வசனங்களில் ஒரு பிழையும் கிடையாது, குற்றமும் கிடையாது, சட்டச் சிக்கலும் கிடையாது. காட்சிகளில்தான் ஆபாசம் அதிகம்.

அதைக் கண்ணால் பார்த்தாலே அவை எதைச் சுட்டுகின்றன என்பது நிதர்சனமாகத் தெரிகிறது. அது நிச்சயமாகக் கதைக்குத் தேவைப்படும் காட்சி கிடையாது.

ஆனால், அதில் இன்னொரு வசனம் வருகிறது. 'சுற்றி இருக்கக் கூடிய எல்லா பிராமணர்களும், அயோக்கியர்களாக இருக்கிறார்கள்.' இது வழக்குப் போடுமளவுக்குத் தகுதியானது என்று நினைக்கிறேன்.

எப்படி என்பதை நாம் விரிவாகப் பார்ப்போம். சட்டம் படித்த நண்பர்களிடம் பேசியதில் நான் தெரிந்து கொண்டது.

செக்ஷன் 292, ஆபாசமான, விகாரமான காட்சிகளைப் பொது வெளியில் வெளிப்படுத்துவது. அவர்களுக்கு 2 வருடம் தண்டனை மற்றும் ரூ 2000 அபராதம்.

ஐபிசி 293-ல் 20 வயதுக்கும் குறைவான யாருக்காவது இது போன்ற காட்சிகளை அனுப்புதல், விற்றல், பார்க்கச் செய்தல் போன்றவற்றைச் செய்தால் மூன்று வருடம் சிறைத்தண்டனை மற்றும் ரூ 2000 அபராதம். இதில் ஏதாவது ஒன்று.

294 பி. இதுவும், பொதுவெளியில் ஆபாசமான வார்த்தைகளை, பாடல்களை, வரிகளைக் கேட்கச் செய்தால், அதற்கு மூன்று மாத தண்டனை அல்லது அபராதம்.

மற்றொன்று 504. உள் நோக்கத்தோடு ஒரு குறிப்பிட்ட சமுகத்தினர் மேல் பாய்வது போல் செய்வது, அதற்கு அவர்களைத் தூண்டுவது ஆகிய குற்றங்களுக்காக, இரண்டு வருட சிறைத்தண்டனை அபராதத்துடன்.

505 - அடுத்தவரைத் தாக்கும்படியாகத் தூண்டுவது. ஒரு குற்றத்தைச் செய்வதற்குத் தூண்டுகோலாக இருக்கக்கூடிய விஷயங்களைப் பொது வெளியில் வைப்பது போன்ற வற்றுக்கு இரண்டு வருட சிறைத்தண்டனை அபராதத்துடன்.

இவை எல்லாமே சட்டப் பிரிவுகள். இவற்றுக்கு விளக்கம் தருவது ஆளுக்கு ஆள் மாறுபடுகிறது. இதை எப்படி எடுத்துக் கொள்வது என்பது, நீதி மன்றத்தின் பார்வையில் மட்டுமல்ல, நீதியின் பார்வையிலும் இருக்கிறது. சூழ்நிலைக்கு ஏற்றாற்போல் நீதியை மாற்றக்கூடிய பார்வை இருக்கிறது. ஒரே வழக்கில், விசாரணை நீதிமன்றத்தில் ஒரு தீர்ப்பும், உயர் நீதிமன்றத்தில் ஒரு தீர்ப்பும், உச்சநீதிமன்றத்தில் நேர்மாறான தீர்ப்பும், கொடுப்பதை

நேரில் கண்டிருக்கிறோம். அப்போது, நீதிமன்றத்துக்கு நீதிமன்றம், நீதிபதிக்கு நீதிபதி என்று ஆளுக்குத் தகுந்தவாறு நீதியும் மாறுகிறது. அதனால், இவர்களுக்கு நிறையத் துணிச்சல் ஏற்பட்டு, இவர்களாலே ஒன்றும் செய்ய முடியாது, நாம் தப்பித்துவிடலாம் என்று நினைக்கிறார்கள். எப்படியும் இழுத்தடிக்கலாம், காலம் போய்விடும். நமக்கு ஒன்றும் பிரச்னை வராது என்று நினைக்கிறார்கள்.

இதனால் ஒரு திமிரும் பயமின்மையும் ஏற்படுகிறது. ஒரு படத் துணுக்கு எடுக்கப்பட்டால், அதை ஒருவர் எழுதியிருப்பார், ஒருவர் பார்த்திருப்பார், ஒருவர் நடித்திருப்பார், ஒருவர் இயக்கியிருப்பார், ஒருவர் இசையமைத்திருப்பார், ஒருவர் வெளியிட்டிருப்பார், ஒருவர் ஃபைனான்ஸ் செய்திருப்பார். இத்தனை பேரில் யாராவது ஒருவர், ஐயோ இது இப்படி இருக்கிறதே என்று கண்டிப்பாக நினைத்திருப்பார். ஆனால் 'இதுதான் இன்றைய டிரெண்ட். ஒரு சர்ச்சை வந்தால்தான் நான்கு பேர் பார்ப்பார்கள். விளம்பரம்தான் முக்கியம்' என்று முடிவெடுத்திருப்பார்கள்.

ஒரு சமூகத்தினரை இழிவுபடுத்து. ஒரு பிரிவினரை அசிங்கப்படுத்து. இன்னொரு நாட்டை அவமானப்படுத்து, வழிபடும் தெய்வங்களைக் கேவலம் செய். எது வேண்டு மானாலும் செய்யலாம். ஏனெனில், அவர்களுக்குத் தெரிந்திருக் கிறது சட்டம் எல்லோருக்கும் சமமாக இருப்பதில்லை என்று. எப்படி என்றாலும் வளைத்துக் கொள்ளலாம் என்று. ஒரு கர்வத்தோடு, ஆம், அப்படித்தான் செயல்படுவோம் என்று தொடங்குகிறார்கள்.

அரசியல் சாசனம் பிரிவு 19, பேச்சுச் சுதந்தரம் பற்றிப் பேசுகிறது. ஒரு கருத்தை வெளிப்படுத்துவதற்கான சுதந்திரம். அதில் 19 (2) எனும் உட்பிரிவு. பொது அமைதி குலைக்கப்படும் பட்சத்தில், இந்தப் பிரிவையே திருத்தி அமைக்கலாம் என்கிறது. எல்லாம் ஒரு வரையறைக்கு உட்பட்டுதான் செல்லும். அது மீறப்பட்டால், பொது அமைதிக்குக் குந்தகம் விளைவிக்கும் எதையும் நாம் கருத்துச் சுதந்தரம் என்று பேசிவிட முடியாது.

பொது அமைதி என்பது ஒரு க்ரே ஏரியா. எப்படி வேண்டுமானாலும் எடுத்துக் கொள்ளலாம். ஜாதி, மத மோதல் வந்தால் நீங்கள் கேஸ் போடுங்கள் என்கிறார்கள். அதற்குச் சந்தர்ப்பமே ஏற்படுத்தக்கூடாது. இல்லையெனில், தண்டனை

நிச்சயம் என்னும் ஒரு சூழ்நிலையை உருவாக்க வேண்டும். கடுமையான நடவடிக்கை எடுத்தால்தான் இதனை நிறுத்த முடியும். 'விடுங்கப்பா' என்று புறம் தள்ளினால், இது உள்ளே ஒரு வன்மத்தை விதைத்துக்கொண்டே இருக்கும். அதன் விளைவுகளை நாம் இன்றும் பார்க்கிறோம்.

நீதிபதி திரு ஆனந்த் வெங்கடேஷ் அவர்கள் 2019-ல் ஆச்சரியமான ஒரு தீர்ப்பு வழங்கினார். ஒரு இயக்கத்தின் பெயரில், ஹேட் ஸ்பீச் என்ற வகையில் நிறைய வழக்குகள் பதியப்படுகின்றன. அவர்கள் அதையெல்லாம் ரத்து செய்யக் கோரி, நீதிமன்றத்தை அணுகுகிறார்கள். அவர் ஓர் ஆச்சரியமான தீர்ப்புக் கொடுக்கிறார். 'ஒரு உள் நோக்கத்தோடு, வன்மத்தோடு பேசுவதற்காகவே தேர்ந்தெடுக்கப்பட்ட வார்த்தைகள். இது எல்லா ஹேட் ஸ்பீச்சுக்கும் பொருந்தும். இந்தப் பேச்சுச் சுதந்தரத்தை நீங்கள், எட்டுக் காரணங்களுக்காகக் கட்டுப் படுத்தலாம். அதில் பொது அமைதி, நாகரிகம், குற்றத்துக்கான தூண்டுதல் ஆகியவை அடங்கும். சோஷியல் மீடியாவிலேயோ, மற்ற எந்தப் பொது வெளியிலோ, யாராவது ஹேட் ஸ்பீச் பேசி, அதைக் கருத்துச் சுதந்திரம் என்று வாதிட்டால், இன்னொரு குறிப்பிட்ட சமூகத்தினர் மீது வன்மத்தைத் தூண்டுவதற்கான அதிகாரம் தனக்கு இருக்கிறது என்று கருதுவார்களேயானால், சட்டமோ, அரசியல் சாசனமோ, அதை அனுமதிக்காது.

'எந்த ஒரு பேச்சாவது இன்னொரு குடிமகனை, ஜாதியால், மதத்தால், பிறந்த இடத்தால், குடியிருப்புகளால், மொழியால், எந்த வகையிலாவது அவமரியாதை செய்யுமானால், அது தண்டனைக்குரிய குற்றம். கருத்துச் சுதந்திரம் ஒரு கட்டுப் பாட்டுக்குள் இருக்க வேண்டும். பொறுப்புணர்வுடன் கூடியதாக இருக்க வேண்டும்.

இது போன்ற விஷயங்களெல்லாம் சமூக அநீதியைக் களைவதற்காகச் செய்கிறோம். ஜாதிகளுக்கு, மதங்களுக்கு இடையில் இருக்கும் பாகுபாடுகளை வெளிச்சம் போட்டுக் காட்டுவதற்காகச் செய்கிறோம் என்று சொல்வதெல்லாம் எடுபடாது. சமூகங்களுக்கிடையில் விதைக்கப்படும் வெறுப்புணர்வு மேலும் வன்மத்தை அதிகரிப்பதாக இருக்கும் என்று சொல்கிறார்.

இந்தத் தீர்ப்பு மிகுந்த ஆறுதல் அளிக்கிறது. நிறைய வழக்குகளைப் போடலாம். ஆனால் வெல்ல முடியுமா என்பது

கேள்வி. 'மாதொரு பாகன்' கதை பற்றி ஒரு சர்ச்சை எழுந்தது. கற்பனையும், ஆய்வும் சேர்ந்தது என்று எழுத்தாளர் கூறினார். ஒரு சமூகத்தின் பழக்க வழக்கங்களைப் பெரிய அளவில் அவமதிக்கும் அளவில் இருந்தது. கருத்து சுதந்திரம் என்ற பெயரில், ஒரு சமூகம் பட்ட வேதனைக்கு யார் பொறுப்பு?

பிராமண சமூகம் இழிவுபடுத்தப்படுவதுபோல, வேறு எந்த சமூகமாவது இழிவுபடுத்தப்பட்டிருக்குமா என்பது சந்தேகம்தான். இதற்கு இணையாக இழிவுபடுத்தப்படும் சமூகம் பட்டியல் இனமாகத்தான் இருக்கும். 1960க்குப் பிறகு தமிழ் நாட்டில், பிராமண சமூகம் மிக மோசமாக அவமானப்படுத்தப்படுகிறது. அவர்கள் அப்பாவிகள். பிரச்னை வேண்டாம் என்று ஒதுங்கிப் போய்விடுவார்கள். என்பதைப் புரிந்துகொண்டு, அதனாலேயே அவர்களை மேலும் அடித்துத் துவைத்து, அசிங்கப்படுத்தி, எவ்வளவு முடியுமோ அவ்வளவு அவமரியாதை செய்கிறார்கள். வெளியில் சொல்ல முடியாத அளவுக்கு அசிங்கப்படுத்தி, அத்தனையும் தொடர்ச்சியாகச் செய்யப்பட்டுக் கொண்டே வருகிறது. ஆனால், இன்று தொடங்கியுள்ள இப்பிரச்னை இத்துடன் நிற்காது. நாளை முதலியார்கள், பிள்ளைமார்கள், ஆசாரியார்கள், செட்டியார்கள், ரெட்டியார்கள், நாயுடுக்கள், சலவைத் தொழிலாளர்கள், சவரத் தொழிலாளர்கள், இசை வேளாளர்கள் என எல்லோரையும், மற்றும் சிறுபான்மை இனத்தவரையும் தாக்கும் அபாயம் உள்ளது.

ஒரு தடவை அடித்துப் பார்ப்போம். கேட்டாங்கன்னா பார்ப்போம் என்று ஆரம்பிப்பார்கள். இது போன்ற புரட்சியாளர் களால், ஒரு நாடார், வன்னியர், கவுண்டர், முக்குலத்தோர் சமுதாயங்களை இழிவுபடுத்த முடியுமா? கூடாது என்பதுதான் என் கருத்தும். ஆனால், அப்படி முயற்சி செய்வார்களேயானால், அவர்களுக்கு அங்கு வேறுவிதமான பதிலடி கொடுக்கப்படும்.

இந்தப் பிராமண சமூகம், பிள்ளைப் பூச்சி, வாயில்லாப் பூச்சி என நினைத்து, இவர்கள், முழுக்க முழுக்கத் தமது வன்மத்தை எல்லா வகையிலும் கொட்டித் தீர்த்துக் கொண்டிருக்கிறார்கள். இதற்கு, சமூக நீதி பேசக்கூடிய, செக்யுலரிஸம் பேசக்கூடிய, அரசியல்வாதிகள், ஊடகங்கள், பத்திரிகைகள், இவர்கள் எல்லாம் என்ன செய்கிறார்கள் என்று கேட்கத் தூண்டுகிறது. ஏதோ, உபியில், காஷ்மீரில் ஒரு சம்பவம் நடந்தது எனில் தமிழ் நாட்டில் பக்கம் பக்கமாகச் செய்தி போடுகிறவர்கள், விவாத

மேடைகளில் பேசுபவர்கள், இப்படி நேரடியாக ஒரு சமூகத்தைத் தாக்கி, காட்சிகள் வெளியிடப்படுகின்றன. அதைப் பற்றிய ஒரு வருத்தம், ஒரு வேதனை, ஒரு கண்டனம், அதை நீக்கச் சொல்லி ஒரு வார்த்தை கூடக் கிடையாது. பிராமண சமூகம் கேட்க நாதியில்லாமல் இருக்கிறது.

அந்த சமூக நீதி சாம்ராட்டுகளெல்லாம் எங்கே போனார்கள்? அரசியல்வாதிகள் என்ன செய்கிறார்கள்? எங்களுக்கு நாங்கள் மட்டும்தான் குரல் கொடுக்க வேண்டுமா என்று கேட்டவர்கள் எல்லாம் எங்கே போனார்கள்? இப்படி ஒரு வன்மம் கண் முன்னால் நிற்கிறதே? இதற்கு யாரும் குரல் கொடுக்க வில்லையே எனும் கேள்வி எழுகிறது. எதிர்ப்புகளுக்குப் பிறகு, இக்காட்சிகள், வசனங்கள் நீக்கப்படும் என்று நான் நம்புகிறேன். ஆனால், அதைத் தாண்டி என்னுடைய கேள்வி, இந்தத் துணிச்சல் அவர்களுக்கு எப்படி வருகிறது, எங்கிருந்து வருகிறது. 'என்னைச் சுற்றியுள்ள பிராமணர்கள் மோசம்' என்றுதான் சொன்னேன் என்று வாதிடலாம். ஆனால், அதன் உள் நோக்கம் பார்க்கும் யாருக்கும் எளிதில் விளங்கும். இவர்களைப் புறக்கணிக்க வேண்டும், சட்டரீதியாக எதிர்கொள்ளவேண்டும். இவர்களுடைய வருவாய்க்கான எந்த வாய்ப்பையும் நாம் கொடுக்கக்கூடாது. இது வருமானம் தராது, புகழ், பேர் தராது என்று கருதி அவர்கள் நியாயமான பாதைக்குத் திரும்புவார்கள். சட்ட நடவடிக்கை, சமூக நடவடிக்கை தேவை. எரிவதைப் பிடுங்கினால் கொதிப்பது அடங்கும்.

•

- 15 -

ஹிந்து மதம், ஹிந்துத்துவம், மத நல்லிணக்கம்

'ஹிந்து மதம் எந்தவொரு வழிபாட்டையயும் மறுக்காமல் அனைத்தையும் ஏற்றுக்கொள்கிறது. தூசு, துரும்பு உட்பட எல்லாமே இறைவடிவமே என்று ஹிந்துக்கள் வணங்குவதால், சித்தாந்த ரீதியாகவே சகிப்புத்தன்மையும் நல்லிணக்க உணர்வும் கொண்டதாகவே ஹிந்து மதம் இருக்கிறது. அதனால் தன் சமயத்தைச் சார்ந்தவர்கள் மட்டுமல்லாமல் மற்ற சமயங்களைச் சார்ந்தவர்களையும் அவரவருக்கு விருப்பமான, ஏற்ற வழிபாட்டைப் பின்பற்ற வழிவகை செய்கிறது ஹிந்து மதம். இதனால் ஒரு ஹிந்து வேறு மதத்துக்கு மாறினாலும் அவர் ஹிந்துவாகவே இருக்கமுடியும்.'

- இதை நான் சொல்லவில்லை. வெள்ளையர்கள் எழுதிய பிரிட்டானிக்கா கலைக்களஞ்சியம் சொல்கிறது. ஒவ்வொரு நாடு, ஒவ்வொரு ஊர், ஒவ்வொரு பொருள், ஒவ்வொரு மதம் இவற்றுக்கெல்லாம் விளக்கம் சொல்லும் அந்த நூலில் ஹிந்து மதம் பற்றி இப்படியாகக் குறிப்பிடப்பட்டிருக்கிறது.

'ஹிந்துயிஸம், ஹிந்துத்துவம் என்பதை வகுப்புவாதம் என்றோ மற்ற மதங்களுக்கு விரோதமான பார்வை கொண்டது என்றோ கருதுவது தவறு. ஹிந்து மதம் சகிப்புத்தன்மை வாய்ந்த மதம்.

கிறிஸ்தவம், இஸ்லாம், பார்ஸி, சமணம், பெளத்தம், சீக்கியம் ஆகிய மதங்களுக்கு ஆதரவு கொடுத்து புகலிடம் அளித்தது ஹிந்து மதம்.'

- இதுவும் நான் சொன்னதில்லை. உச்சநீதிமன்ற நீதிபதிகள் திரு பளுச்சா, திரு அகமதி ஆகிய இருவர் சொன்னது.

ஜாதிக்கலவரங்கள் நடக்கும்போது பட்டியலினத்தவர்கள் பாதிக்கப்படும்போது நாம் பெரிய கட்சிகளாக நினைக்கும் கட்சிகள் என்ன செய்கின்றன? அந்தக் கட்சிகள் அவர்களுக்காகக் குரல் கொடுக்கின்றனவா?

'மதச்சார்பற்றதன்மை என்று ஒன்று கிடையாது. மதங்கள் இருந்துகொண்டேதான் இருக்கும். மத நல்லிணக்கம் தான் மிகவும் அவசியம்.'

- சொன்னது திரு கருணாநிதி.

ஹிந்துக்கள், கிறிஸ்தவர்கள், இஸ்லாமியர்கள் என அவரவர் விருப்பப்படி இருந்துகொள்ளலாம். நீ நீயாக இரு. என்னை நானாக இருக்கவும் விடு. என்னைப்போல் நீ மாறவேண்டிய தில்லை. உன்னைப் போல் நான் மாறவேண்டியதும் இல்லை. இதுதான் சொல்லவேண்டிய விஷயம்.

●

ஆர். ரங்கராஜ் பாண்டே

விருதுநகர் மாவட்டம் ஸ்ரீவில்லிபுத்தூரைச் சேர்ந்த ஆர். ரங்கராஜ் பாண்டே, 22 ஆண்டு களுக்கும் மேலாக இதழியல் அனுபவம் கொண்டவர். தினமலர், தந்தி டிவி இரண்டிலும் பணிபுரிந்தவர். டவுட் தனபாலு மற்றும் மக்கள் மன்றம், இவருடைய இதழியல் பங்களிப்புக்கான இரண்டு உதாரணங்கள்.

நாளேட்டிலும் தொலைக்காட்சியிலும் இயங்கியவர், தற்போது 'சாணக்யா சேனல்' மூலம் சமூகக் கருத்தியல் இயக்கத்தை முன்னெடுத்துவருகிறார். 'நேர்கொண்ட பார்வை', 'க/பெ ரணசிங்கம்' என இவருடைய திரையுலகப் பயணம் நாடறிந்தது.

ஆர். ரங்கராஜ் பாண்டேவின்

புதிய கல்விக் கொள்கை – 2020

வரமா சாபமா?

புதிய கல்விக் கொள்கை குறித்து பல தவறான கருத்துகள், அரசியல் உள்நோக்கம் கொண்ட குற்றச் சாட்டுகள் பொதுவெளியில் முன்வைக்கப்பட்டுள்ளன. ஆர்.ரங்கராஜ் பாண்டே அனைத்துக்கும் மிகத் தெளிவான, அழுத்தமான பதில்களை எளிய நடையில் இந்தப் புத்தகத்தில் முன்வைத்திருக்கிறார்.